நிகாலோ மேக்கியவல்லியின்

தி பிரின்ஸ்

தமிழில்:

பேரா. **எஸ்.ஆர்.விவேகானந்தம்**

முன்னேற்றப் பதிப்பகம்

நெ.442/1, பி.எஸ்.பி. பில்டிங் (முதல் மாடி),
தென்காசி ரோடு, இராஜபாளையம் - 626 117.
தொடர்புக்கு : 88257 55682, 90421 89635
e-mail : writerveerabalan@gmail.com,
munnetrappathipagam@gmail.com

தமிழில்:
பேரா. எஸ்.ஆர்.விவேகானந்தம்

ஐந்தாம் பதிப்பு : **2023**

பக்கங்கள் : **144**

விலை : **175/-**

முன்னேற்றப் பதிப்பகம்
நெ.442/1, பி.எஸ்.பி. பில்டிங்
(முதல் மாடி), தென்காசி ரோடு,
இராஜபாளையம் - **626 117.**
தொடர்புக்கு : **88257 55682,**
90421 89635
மின்னஞ்சல் :
writerveerabalan@gmail.com,
munnatrappathipagam@gmail.com

நிகாலோ மேக்கியவெல்லியின்
தி பிரின்ஸ்

NICCOLO MACCHIAVELLI in
THE PRINCE

Tamil Translator:
S.R.VIVEKANANDAM

Publisher: **Veerabalan**

Fifth Edition: **2023**

Pages : **144**

Price : 175/-

Address:
Munnetra Pathippagam
#442/1, P.S.P.Building,
(First Floor),
Thenkasi Road,
Rajapalayam- 626 117.
Phone : 88257 55682
90421 89635
E-mail ID :
writerveerabalan@gmail.com,
munnetrappathipagam@gmail.com

Layout Designed by :
SM Computers,
9944726781

முன்னுரை

மிகப்பெரும் தத்துவ ஞானி, அரசியல் மேதை, ராஜதந்திரி என்று அழைக்கப்பட்டவர் நிகாலோ மேக்கியவல்லி. அவரது காலத்திய அரசியல் நிகழ்வுகளில், அவருக்குத் தவறு என்று தோன்றியதை வெளிப்படையாகத் தெரிவிப்பதில் அவருக்கு நிகர் எவருமில்லை. அவரது புகழ்பெற்ற 'தி பிரின்ஸ்' என்ற நூலில் அவர் தெரிவித்துள்ள அரசியல் கருத்துக்களை உலகிலுள்ள அனைத்து தலைவர்களும், அரசியல்வாதிகளும் மீண்டும் மீண்டும் வாசித்துத் தங்களைச் சிறந்த அரசியல்வாதிகளாக மேம்படுத்திக் கொண்டார்கள்.

மனித இனத்தின் இயல்புகளைப் பற்றி மேக்கியவல்லி கூறும்போது, மிக ஆழமான கருத்துக்களை ஒரு சில வார்த்தைகளில் மிகச் சுலபமாகச் சொல்லிச் செல்வதைக் காணும்போது வியப்பாக உள்ளது. இந்த நூலில் அவ்வப்போது இதுபோன்ற கருத்துக்களைக் கூறியிருக்கின்றார். உதாரணமாக -

"நம்முடைய இலக்கை விட மிகப் பெரிய இலக்கைக் குறிவைப்பது, நம்முடைய வலிமையை அறிந்து கொள்வதற்காக அல்ல, ஆனால் நாம் அடைய வேண்டிய இலக்கைவிடப் பெரிய இலக்கை அடையவேண்டும் என்பதற்காக."

என்ற வரிகள் நம்மை மிகவும் உற்சாகப்படுத்தி, வாழ்க்கையில் முன்னேறுவதற்கான தூண்டுகோலாக இருக்கின்றன.

இந்த நூலில் 'அதிர்ஷ்டம் ஒரு மனிதனின் நடவடிக்கைகளை எப்படிப் பாதிக்கிறது' என்ற தலைப்பில் -

"அதிர்ஷ்டம் ஒரு பெண்ணைப் போல, எவரிடம் துணிச்சல் இருக்கிறதோ அவரே தன்னை ஆட்கொள்ளத் தகுதியானவர் என்று பெண் நினைப்பதைப் போல, அதிர்ஷ்டமும் துணிச்சல் நிறைந்தவர்களையே நேசிக்கிறது."

என்று கூறி மேக்கியவல்லி தன்னை ஒரு சிறந்த தத்துவஞானி என்று நிரூபிக்கின்றார்.

இவரது தத்துவங்களையும், அரசியல் அறிவுரைகளையும் வாசிக்கும்போது, நம் தமிழுக்குப் பெருமை சேர்த்த திருவள்ளுவரின் நினைவுதான் எழுகிறது. ஏனென்றால் சிறந்த தத்துவஞானியான வள்ளுவரும் தொடாத தலைப்புக்களே இல்லை. அவரது குறள் ஒன்றில் -

"எய்தற் கரியது இயைந்தக்கால் அந்நிலையே
செய்தற் கரிய செயல்."

அதாவது கிடைத்தற்கரிய காலம் வந்து வாய்க்குமானால், அந்த வாய்ப்பைப் பயன்படுத்திக் கொண்டு, அப்போதே செயற்கரிய செயல்களைச் செய்ய வேண்டும் என்று வள்ளுவர் கூறுகின்றார். இந்நூலின் 25ம் அத்தியாயத்தில் மாக்கியவல்லியும் -

"மிகக் கவனத்துடன் இருக்கும் ஒரு மனிதன், துணிச்சலுடன் செயல்பட வேண்டிய நேரத்தில், அதை எப்படிச் செயல் படுத்துவது என்று தெரியாமல் அழிவைத் தேடித் தேடிக் கொள்கிறான்; அவன் காலத்திற்குத் தக்கவாறு தன்னை மாற்றிக் கொண்டு செயல்பட்டால் அதிர்ஷ்டம் அவனுடன் இருக்கும்."

என்று அதே கருத்தைத் தனது பாணியில் கூறுகின்றார்.

மற்றொரு குறளில் வள்ளுவர் -

"நிலைமக்கள் சால உடைத்தெனினும் தானை
தலைமக்கள் இல்வழி இல்."

நெடுங்காலமாக நிலைத்திருக்கும் வீரர் பலரை உடையதாக இருந்தாலும், தலைமை தாங்கும் தலைவர் இல்லாதபோது, படைக்கும் பெருமை இல்லை என்று கூறுகின்றார். வள்ளுவரின் இந்தக் கருத்தை மாக்கியவல்லியும் பிரதிபலிக்கின்றார்.

"இத்தாலியின் துன்பத்திற்குக் காரணம், அது சிறந்த இராணுவ வீரர்களைக் கொண்டிருந்த போதும், அதற்குத் தலைமை தாங்கு வதற்குச் சரியான தலைமை இல்லாததேயாகும்."

என்று 26-ம் அத்தியாயத்தில் கூறுகின்றார்.

ஆனால் வள்ளுவரின் ஒருசில கருத்துக்களுக்கு மாக்கியவல்லி முரண்படுகிறார். உதாரணமாக செங்கோன்மை என்ற தலைப்பில் வள்ளுவர் -

"இறைகாக்கும் வையக மெல்லாம் அவனை
முறைகாக்கும் முட்டாச் செயின்."

அதாவது உலகை எல்லாம் காக்கும் அரசன், நீதிமுறை கெடாதவாறு ஆட்சி செய்வானாயின் அரசனை அந்த நீதிமுறையே காக்கும் என்று ஒரு சிறந்த அரசரின் பண்பைக் கூறுகின்றார்.

இந்நூலின் 18ம் அத்தியாயத்தில் மாக்கியவல்லி - "மிகப் பெரும் சாதனைகளைச் செய்த இளவரசர்கள், புத்திசாலியான மனிதர்களை எவ்வாறு சூழ்ச்சி செய்து ஏமாற்றுவது என்று அறிந்திருக்கிறார்கள். ஆகவே ஒரு இளவரசன் தேவையான போது தந்திரத்தில் குள்ளநரியாகவும், வீரத்தில் சிங்கமாகவும் நடந்து கொள்வது எப்படி என்று தெரிந்துகொள்ள வேண்டியது அவசியம்." என்று கூறுகின்றார்.

அவரது காலத்தில், இத்தாலி பட்ட துன்பங்களை விவரிக்கும் போதும், இத்தாலியைத் துன்பங்களிலிருந்து விடுவிக்க எவராவது தோன்றமாட்டார்களா என்று ஏங்கி அந்த மக்கள் இறைவனை வேண்டிக் கொண்டனர். இத்தாலியர்களைத் துன்பங்களிலிருந்து விடுவிக்க, சில நேரங்களில் வெளிச்சப் பொறிகள் தென்பட்ட போதும், அதிஷ்டம் கைகொடுக்கவில்லை என்று அவர் குறிப்பிடும் போது, நம் காலத்தில் அரசியல் நிகழ்வுகள் நம் கண்முன்னே நிழலாடுவதை தவிர்க்க இயலவில்லை.

இப்படி அவரது காலத்தில், அவர் சந்தித்த பேரரசர்கள் மற்றும் இளவரசர்களின் எதிர்மறையான குணங்களையும் எதற்கும் அஞ்சா மல் அவர் கூறியிருப்பது தான் இந்நூலின் வெற்றிக்குக் காரணம். அவர் கூறியிருக்கும் தத்துவக் கருத்துக்களுக்கு இளவரசர்களின் வாழ்வில் நிகழ்ந்தவைகளை உதாரணங்களாகக் கொடுத்திருப்பது தான் இந்நூலின் சிறப்பாகும்.

இந்த நூலைத் தமிழில் மொழிபெயர்க்கும் போது, இது மாக்கியவல்லியின் கருத்துக்கள் என்ற எண்ணத்துடன் மிகக் கவனமாக மொழிபெயர்த்திருக்கிறேன்.

உலகப் புகழ்பெற்ற இந்த நூலைத் தமிழில் மொழிபெயர்க்கும் வாய்ப்பினை அளித்த, முன்னேற்றப் பதிப்பகத்தின் உரிமையாளர் திரு.வீரபாலன் அவர்களுக்கு நன்றி.

பேரா.எஸ்.ஆர்.விவேகானந்தம்,
வரலாற்று ஆய்வாளர்,
சென்னை - 600 062.
மின்னஞ்சல் : srvivekanandam@gmail.com

NICCOLÒ MACCHIAVELLI

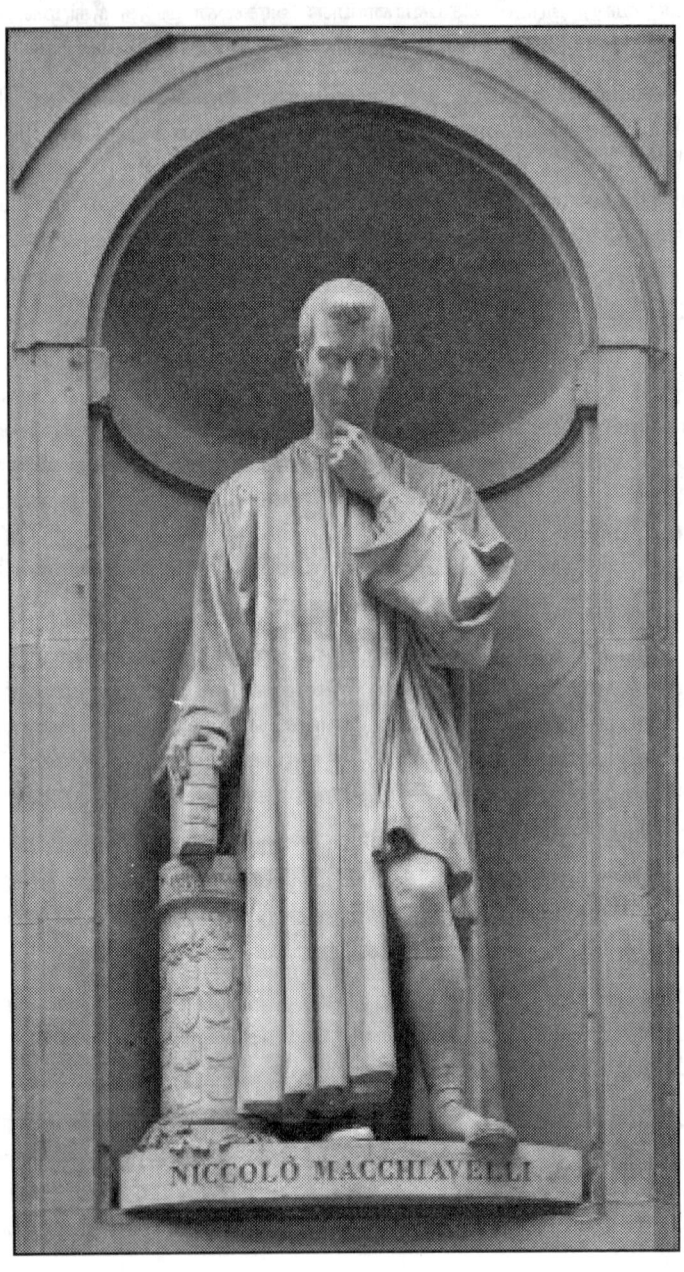

நீகாலோ மேக்கியவல்லி – ஓர் பார்வை

சிறந்த தத்துவஞானி, ராஜதந்திரி, அரசியல் தத்துவ அறிஞர் மற்றும் 'நவீன அரசியல் கொள்கைகளின் தந்தை' என்று அறியப்பட்ட நிகாலே மேக்கியவல்லி, 1469, மே, 3-ம் நாள், ஃப்ளோரென்ஸில், செல்வமும் செல்வாக்கும் உடைய ஒரு குடும்பத்தில் பிறந்தார்.

அவரது துவக்க கால வரலாறு பதிவு செய்து வைக்கப்பட வில்லை. பள்ளிப் படிப்பை முடித்ததும், 1494-ல் ஃப்ளோரண் டைன் அரசில் கிளர்க் ஆகத் தன் வாழ்க்கையைத் துவக்கினார். அதே ஆண்டில் அவருக்கு மிகவும் நெருக்கமாகவும் 60 ஆண்டுகாலமாக ஃப்ளோரென்ஸில் ஆட்சியாளராகவும் இருந்த மெடிசி குடும்பத்தினர் தோற்கடிக்கப்பட்டு, நாடு கடத்தப்பட்டனர். அதனை அடுத்து மேக்கியவல்லி தமது பணியை விட வேண்டியதாகிவிட்டது. அதன் பிறகு அவர் ஒரு அரசியல் ராஜதந்திரியாக உருவெடுத்தார். இத்தாலியின் பெருநகரங்களிலும், பிரான்ஸ் மற்றும் ஸ்பெயின் போன்ற நாடுகளில் சுற்றுப்பயணங்களை மேற்கொண்டு, அரசியல் நிகழ்வுகளைக் கூர்ந்து கவனிக்கத் துவங்கினார். அவர் பனி ரெண்டாம் லூயிஸ், இரண்டாம் ஃபெர்டினாண்டு மற்றும் இரண்டாம் போப் ஜூலியஸ் போன்றவர்களைச் சந்தித்தார். 1502 மற்றும் 1503 ஆகிய ஆண்டுகளில் ஆறாம் போப் அலெக்ஸாண்டரின் மகன் சிசரே போர்கியாவின் தொடர்பு ஏற்பட்டது. சிசரே போர்கியா மிகவும் பேராசையும், கொடூர மான குணங்களையும் கொண்டவர். அவர் மத்திய இத்தாலி யில் தனது வலிமையை எப்படி நிலைநாட்டினார் என்பதை மேக்கியவல்லி அருகிலிருந்து பார்த்தார், இந்த அனுபவம் மேக்கியவல்லியின் மனதில் அழியாத ஒரு நிகழ்வாகப் பதிந்து விட்டது. அடுத்த சில ஆண்டுகளில் மேக்கியவல்லி ஃப்ளோரண் டைன் பொதுமக்களைக் கொண்டு உருவாக்கப்பட்ட படை யின் தலைமைப் பொறுப்பை ஏற்றார், இதன் மூலம் குடியரசுப்

பாதுகாப்பு இராணுவத்தினை மீண்டும் ஏற்படுத்திய பெருமை யினைப் பெற்றார்.

1499-ல் மேக்கியவல்லி 'Discourse on Pisa' என்ற தமது முதல் நூலை எழுதினார், 1502ல் 'Discourse about the Provision of Money' என்ற நூலையும் எழுதினார். அதே ஆண்டில் சிறு ஆய்வுக் கட்டுரைகளையும் வெளியிட்டார். பின்னர் 'On the way to Deal with the Rebel subjects of the valdichiana' என்ற ஆய்வு நூலையும் முடித்தார். அந்தக் காலகட்டத்தில் தான் அரசியல் நிகழ்வுகளைப் பற்றிய தத்துவக் கருத்துக்களை விரிவுபடுத்தத் துவங்கினார், போராட்டங் களை எதிர்கொள்வது எப்படி என்று ரோமானியர்களை உதாரணங்களாகக் கொண்டு எழுதத் துவங்கினார். இந்த அரசியல் ஆய்வின் முதற்கட்டமாக 'Portrait of the affairs of Germany 1508-1512', மற்றும் 'Portrait of the affairs of France-1510' என்ற ஆய்வுகளை வெளியிட்டார்.

1512-ம் ஆண்டு மேக்கியவல்லியின் வாழ்வில் மிக முக்கியமான காலகட்டமாகும்; மெடிசி குடும்பத்தினர் மீண்டும் பதவிக்கு வந்தனர், அதன் விளைவாக ஃப்ளோரன்டைனில் குடியாட்சி மீண்டும் உயிர் பெற்றது. ஆனால் அவரது எதிர்ப்பாளர்களால் அவர் அரசுக்கு எதிராகச் சதியாலோசனை செய்தார் என்று குற்றம் சாட்டப்பட்டுக் கைது செய்யப்பட்டுத் துன்புறுத்தப்பட்டார். இதனால் அவர் ஃப்ளோரன்டைனிலிருந்து வெளியேறி தமது தந்தையின் எஸ்டேட்டுக்குச் செல்லவேண்டியதாகிவிட்டது. இருந்த போதிலும், அவர் மிகத் தீவிரமாக அரசுப் பணியைப் பெற முயற்சித்தார். இந்தக் காலகட்டத்தில்தான் அவர் அவரது சிறந்த படைப்பான 'தி பிரின்ஸ்' என்ற நூலை 1513-ல் எழுதினார், ஆனால் அது வெளியிடப்படவில்லை. இந்த ஆய்வை வைத்து அவர் மெடிசியின் அரசில் எப்படியாவது பணியில் சேரவேண்டுமென்ற எண்ணத்தில், அந்தப் படைப்பை லாரன் ஜோ மெடிசிக்குச் சமர்ப்பணம் செய்த போதிலும் அவரால் அரசுப் பணியை மீண்டும் பெற இயலவில்லை. பதிலாக, அந்த நூல் மிகப் பெரும் தர்க்கத்திற்குள்ளாகியது, ஏனென்றால் அந்த நூல் எப்படி நாடுகளை அடைவது மற்றும் எப்படி அதிகாரத்தை நிலைநாட்டுவது என்ற சாதாரண ஆய்வு நூல்தான் என்று கூறப்பட்டது.

இருப்பினும், 'தி பிரின்ஸின்' முக்கிய நோக்கம், பாரம்பரிய மான ஒழுக்கக் கோட்பாடுகளையும் மற்றும் அதிகாரத்தைச்

செயல்படுத்தும் முறைகளையும் விமர்சனம் செய்வதுதான். மேக்கியவல்லி விவாதிப்பது என்னவென்றால் ஆட்சி செய்யும் ஒருவர், இதுபோன்ற கோட்பாடுகளை (சட்டங்கள் என்று பொதுவாகக் கூறப்படுபவை) கண்டு கொள்ளக் கூடாது, ஆனால் அதிகாரமுடையவர் அதிகாரம் ஆகிய வற்றுக்குச் சமமான போரைப் பற்றி மட்டுமே சிந்திக்க வேண்டும் என்று கூறுகின்றார்.

ஆகவே ஒரு இளவரசனுக்கு அதிகாரத்தைத் தக்க வைத்துக் கொள்ளவும், காத்துக் கொள்ளவும் எந்தச் சட்டம் இட்டுச் செல்லுமோ அந்தச் சட்டங்கள் மட்டுமே இருக்க வேண்டும், அப்போது தான் நாடு மிகச் சிறப்பானதும், நிலையானதாகவும் இருக்கும். அதிகாரம் என்பது இயற்கை யாகவே அரசியலுடன் தொடர்புடையது, அதிகாரம் இல்லை யென்றால் நிலையான ஆட்சி இருக்கமுடியாது. மதிநுட்பத் துடன் அதிகாரத்தைத் தவறாகப் பயன்படுத்துவதை விமர்சனம் செய்வதற்காக 'மேக்கியவல்லியன்' என்ற வார்த்தை புழக்கத் திற்கு வந்ததில் வியப்பேதுமில்லை.

இவை அனைத்தும் ஃப்ளோரன்டைனின் வரலாற்றின் மூலமாகவும், ரோமன் குடியரசின் மூலமாகவும் பார்க்கப்பட வேண்டும். போராட்டங்கள் அரசியல் வாழ்க்கையை ஆக்ரமித் துக் கொண்ட காலம் அது, ஒவ்வொரு நகரமும் தங்களைத் தாங்களே பாதுகாத்துக் கொள்ள வேண்டியிருந்தது. மேக்கிய வல்லி ஒன்றுபட்ட இத்தாலி வேண்டும் என்றும், ரோமன் குடியரசாக வேண்டுமென்றும் விவாதங்கள் செய்து கொண் டிருந்தார். அவரது வாழ்க்கையில், அவரது இந்தக் கருத்துக் கள் எவராலும் கவனிக்கப்படாமலிருந்தபோது, ரிசோர்ஜி மெண்ட்டோவின் ஆட்சியின் போது மிகவும் முக்கியத்துவம் பெற்றது. மேக்கியவல்லி உண்மையில் ஒரு குடியரசு ஆட்சியை ஆதரிப்பவராக இருந்தபோதிலும், தனித்தன்மை வாய்ந்த ஒரு தலைவனின் பலத்தால் மட்டுமே ஒரு வலிமையான இத்தாலியை உருவாக்கமுடியும் என்று நம்பினார். அவரது **'Discourses on the First Ten Books of Titus Livy'** என்ற அடுத்த நல், அவரது சொந்தக் கருத்துக்களை எதிரொலிப்பதாக இருந்தது, அதனால் அது தற்காலத்திற்குத் தேவையான மிக முக்கியமான குடியாட்சித் தத்துவத்தை ஆய்வு செய்யும் நூலாக அமைந் தது, எப்படி ஒரு குடியாட்சி கட்டமைக்கப்பட வேண்டும், பராமரிக்கப்பட வேண்டும் என்பதை விவரிப்பதே இந்த நூலின் நோக்கமாக இருந்தது, இந்த நூலில் மேக்கியவல்லி

பிரெஞ்சு முடியாட்சியை மிகவும் பாராட்டுவதுடன், சட்ட திட்டங்களைச் சரியாக நிர்வகிக்கும் ஒரு பலமான அரசுக்கும், மக்களின் சுதந்திரத்திற்குமான வேறுபாடுகளை எடுத்துக் கூறுவதாக இருந்தது. 'டைடஸ் லிவியஸின்' பணிகள் மற்றும் ரோமன் பேரரசின் துவக்ககால வரலாறு ஆகியவற்றைப் பற்றிய விமர்சனங்களுடன், பிறநாடுகளின் அரசியலமைப்பைப் பற்றிய கூர்நோக்குப் பார்வைகளும், ஒரு பொதுவான உலகப் பொதுவான சட்டதிட்டங்களின் தேவைகளைக் கூறுவதாகவும் அமைந்தது. இந்த நூல் ஓரளவிற்குத் தீவிரவாதக் கருத்துக்களைக் கொண்டதாக இருந்தது, அது அவரது காலத்திய அரசர்களை விமரிசிப்பதாக இருந்தாலும், கிறிஸ்தவ மதத்தையும், மனித இனத்தின் குணங்களின் மீதுள்ள வெறுப்பையும் விமரிசிக்கத் தயங்கவில்லை.

மேக்கியவல்லியின் **'The Art of War'** என்ற நூல் 1519க்கும் 1520க்கும் இடையில் எழுதப்பட்டது, இந்த நூலின் அரசியல் பகுதி மட்டுமே அவர் உயிரோடிருந்தபோது வெளியிடப்பட்டது, இந்த நூளில் இராணுவத்தை நிர்வாகம் செய்வது எப்படி என்ற அறிவுரைகளை அளித்திருந்தார், அதில் ஒரு நாட்டின் குடிமக்கள் இராணுவமாக மாறுவதற்குத் தயாராக இருந்தால்தான் சுதந்திரமாக இருக்கமுடியும் என்று விவரித்திருந்தார்.

மேக்கியவல்லி ஒரு மொழிபெயர்ப்பாளராகவும் திகழ்ந்தார். அவர் **'Belfagor arcidiavolo (1527)'** என்ற நாவலையும் எழுதியிருக்கிறார், பல கவிதைகளையும் எழுதிய அவர், **Andria (1517), Mandragola (The Mandrake) (1518)** மற்றும் **Clizia (1525)** என்ற மூன்று நாடகங்களையும் இயற்றியிருக்கிறார். அவரது மிகப் புகழ்பெற்ற **Mandragola** என்ற காமெடி நாடகம், இத்தாலிய சமூகத்தைப் பற்றியதாக இருப்பினும் மேக்கியவல்லியின் தத்துவங்களும் இருந்தன. 1520ல் அவர் லூக்காவில் இருந்தபோது, **'The Life of Castruccio Castracani of Lucca'** என்ற பெயரில், மத்திய காலத்தில் லூக்காவின் டியூக் ஆக இருந்தவரின் வரலாற்றை நகைச்சுவையாக வெளிப்படுத்தினார்.

அதே ஆண்டில் மேக்கியவல்லி, பத்தாம் போப் லியோவினால் ஃப்ளோரன்டைன் அரசின் வரலாற்றாசிரியராக நியமிக்கப்பட்டு, **History of Florence** - ஐத் தொகுப்பதற்கு அனுமதிக்கப்பட்டார். ஐந்து ஆண்டுகளுக்குப் பிறகு

1525ல் அப்போதிருந்த ஏழாம் போப் கிளமண்டிடம் அதனைச் சமர்ப்பித்தார். 1527ல் மெடிசி தனது அதிகாரத்தை இழந்த பின், பல ஏமாற்றங்களைச் சந்தித்த மேக்கியவல்லி 1527, ஜூன் 21ஆம் நாள் உயிர் நீத்தார்.

அவருடைய வாழ்நாளில் அவர் மிகப்பெரிதாக அங்கீகரிக்கப்படவில்லை என்றாலும், அவரது அரசியல் அறிவு குறைவாக மதிக்கப்படவில்லை. மிகப்பெரும் சிந்தனையாளர்களான தாமஸ் ஹோப்பெஸ், பிரான்சிஸ் பேகன் மற்றும் அன்டோனியோ க்ராம்ஸ்கி ஆகியோரும், தத்துவ ஞானிகளான பரூக் ஸ்பினோஜா மற்றும் ஜூன் ஜேக்குவிஸ் ரூஸ்ஸோ ஆகியோரிடம் மேக்கியவல்லியின் தாக்கம் இருந்ததுடன், அவரது ஆதரவாளர்களாகவும் இருந்தனர்.

"அளிக்கப்பட்ட வாக்குறுதி கடந்த காலத்தின் கட்டாய மாகும்; அந்த வாக்குறுதியை மீறுவது இந்தக் காலத்தின் கட்டாயமாகும்."

- **நிகாலோ மேக்கியவல்லி**

அத்தியாயம் - 1

இளவரசரால் ஆளப்படும் நாடுகள் எத்தனை வகைகளாக உள்ளன, அவை எந்த வழியில் பெறப்பட்டன

மனித இனத்தைத் தமது ஆட்சியின் கீழ் வைத்திருக்கும், வைத்துக் கொள்ளவிருக்கும் அனைத்து நாடுகளும், அனைத்து அதிகாரங்களும் குடியரசுகள் அல்லது இளவரசரால் ஆளப்படுபவை.

இளவரசரால் ஆளப்படுபவை, ஒரே குடும்பத்தினரால் நீண்ட காலத்திற்கு முன்பு நிறுவப்பட்டுப் பாரம்பரியமாக ஆளப்படுபவை அல்லது புதிதாக சேர்த்துக் கொள்ளப் பட்டவை.

புதிது என்றால் முற்றிலும் புதிதாக ஆட்சிக்குப்படுத்தப் பட்டவை, மிலனில் பிரான்செஸ்கோ ஸ்போர்ஜாவைப் போன்று அல்லது பாரம்பரியமான அரசு குடும்பத்தைச் சேர்ந்த ஒருவரால் புதிதாகச் சேர்த்துக் கொள்ளப்பட்டவை, நேபிள்ஸ் நாடு, ஸ்பெயின் அரசால் இணைத்துக் கொள்ளப் பட்டது போல்.

இப்படிச் சேர்த்துக் கொள்ளப்பட்ட பகுதிகள் இள வரசரின் ஆட்சியின் கீழ் வாழக் கற்றுக்கொள்ள வேண்டும் அல்லது சுதந்திரமாக வாழவேண்டும்; அப்படிச் சேர்த்துக் கொள்ளப்பட்டவை இளவரசர் தாமே தமது ஆயுத பாலத் தால் பெற்றவை அல்லது அவருக்காகப் பிறர் பெற்றுக் கொடுத்தவை அல்லது அதிர்ஷ்டவசமாகக் கிடைத்தவை அல்லது திறமையால் கிடைத்தவை.

> "ஒரு இளவரசன் ஒரு புதிய நாட்டைக் கைப்பற்றும் போது, தேவைப்பட்டால் கொடுமைகள் செய்யலாம், ஆனால் ஒருமுறை மட்டுமே."
> - நிகாலோ மேக்கியவல்லி

அத்தியாயம் - 2

பாரம்பரியமாக இளவரசால் ஆளப்படும் நாடுகளைப் பற்றி

குடியரசைப் பற்றி எதையும் நான் விவாதிக்கப் போவதில்லை, ஏனென்றால் அவற்றைப் பற்றிப் பின்னொரு இடத்தில் விரிவாக எழுதியிருக்கிறேன், ஆகவே நான் இளவரசரால் ஆளப்படும் நாடுகளைப் பற்றி இப்போது கூறப்போகிறேன். நான் மேலே கூறிய வரிசையின்படி, இளவரசரால் ஆளப்படும் நாடுகள் எப்படி ஆளப்பட வேண்டும், எப்படித் தக்கவைத்துக் கொள்ளப்படவேண்டும் என்று விவாதிப்போம்.

பாரம்பரியமான நாடுகளை ஆட்சி செய்வதிலும் ஒரு சில இடையூறுகள் இருக்கின்றன என்று உடனே என்னால் கூற முடியும், ஓரளவிற்குப் படை பலம் வைத்திருக்கும் ஒரு இளவரசரின் குடும்பம், அந்த நாட்டின் மக்களுக்கு மிகவும் பழகிப்போன ஒன்றாக இருந்தாலும், அந்த இளவரசன் தனது நாட்டைப் பராமரிப்பதற்குத் தனது முன்னோர்கள் ஏற்படுத்தி வைத்திருக்கும் வரையறைகளை மீறாமலும், பிரச்சினைகள் எழும்போது, சூழ்நிலைகளுக்குத் தக்கவாறு தனது புத்திசாலித் தனத்தைப் பயன்படுத்தி அணுகினாலே போதுமானது. இல்லா விடில் அவனை விட வலிமையான, மிக அதிகமான படைபல முள்ள ஒருவரால் நாடு கவர்ந்து கொள்ளப்படும் அபாயம் இருக்கிறது; அப்படி அவனிடமிருந்து கவர்ந்து கொள்ளப் பட்டால், கவர்ந்து கொண்டவருக்கு ஏதேனும் தீங்குகள் ஏற் பட்டால் தான் அவன் அந்த நாட்டை மீண்டும் பெறுவான்.

இத்தாலியில் நமக்கு ஒரு உதாரணம் இருக்கிறது, 84ல் வெனிஷியர்களின் படையெடுப்பைச் சமாளிக்க முடியாத

ஃபெர்ரரா அரசன், '10-ல் போப் ஜூலியஸைப் போல, அவனுடைய சிற்றரசை நீண்ட காலத்திற்குத் தக்கவைத்துக் கொள்ள முடியாமல் போனது. பாரம்பரியமாக நாட்டை ஆளும் இளவரசனுக்குத் தனது மக்களைத் துன்புறுத்து வதற்குக் காரணங்களும், தேவைகளும் இல்லை; அசாதாரண மான அவனது ஒரு தீய நடவடிக்கை அவனை வெறுப்பதற் கான காரணமாக இருந்தால் தவிர, அவனுடைய குடிமக்கள் அவனிடமிருந்து விலகுவதற்கான நியாயமான காரணங்கள் இருக்கவேண்டும்; அவனுடைய ஆட்சிக் காலத்தில், பண்டைய ஆட்சியின் நினைவுகளில் அல்லது பழக்கவழக்கங் களில் மாற்றங்கள் செய்து, அதன் காரணமாக மக்கள், இளவரச னுக்கு எதிராகத் தூண்டப்படுவதால், இழப்பு ஏற்படும், ஏனென்றால் ஒரு மாற்றம் தான் மற்றொரு மாற்றத்திற்கான தூண்டுகோலாக இருக்கும்.

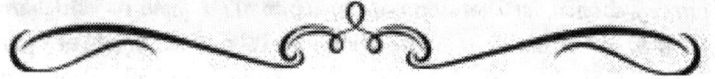

> "எந்த ஒரு நடவடிக்கையும், நீங்கள் செயல்படுத்தும் வரை எதிரிகளுக்குத் தெரியாமல் மறைக்கப்பட்டிருந்தால், அதுவே வேறெந்த நடவடிக்கையைக் காட்டிலும் மிகச் சிறந்ததாகும்."
>
> - நிகாலோ மேக்கியவல்லி

அத்தியாயம் - 3

இளவரசரால் ஆளப்படும் நாடுகளில் ஏற்படும் மாற்றங்கள் குறித்து...

இளவரசரால் ஆளப்படும் ஒரு புதிய நாட்டிலும் இடையூறுகள் ஏற்படுகின்றன. முதலாவதாக, அது முற்றிலும் புதியதாக இல்லாமலிருந்து, வேறொரு நாட்டின் பகுதியாக இருந்து, ஒன்றாகச் சேர்த்துக் கொள்ளப்பட்டிருந்தால், அதைக் கலப்பு என்று கூறலாம், இதுபோன்று சேர்த்துக் கொள்ளப்பட்ட நாட்டில், அவர் ஏற்கனவே ஆட்சி செய்து கொண்டிருக்கும் நாட்டினுள் ஏற்படும் இடையூறுகளினால் மாற்றங்கள் எழும். ஏனென்றால் மக்கள் தங்கள் விருப்பப்படி நல்ல எதிர்காலம் அமைய வேண்டுமென்ற நம்பிக்கையில் ஆட்சியாளர்களை மாற்றுகின்றனர், இந்த நம்பிக்கைக்குப் பங்கம் வரும்போது, ஆளும் இளவரசனுக்கு எதிராக ஆயுதங்களை எடுக்கத் தூண்டப்படுகிறார்கள்; ஆனால் தவறான வழிகாட்டலுக்கு உள்ளான அவர்கள், மோசமான நிலையிலிருந்து மிக மோசமான நிலைக்குச் சென்றுவிட்டதாகப் பின்னர் தங்கள் அனுபவத்தில் உணர்கின்றனர். இப்படிச் சேர்த்துக் கொள்ளப்பட்ட நாடுகளிலுள்ள மக்கள், புதிய இளவரசரை நம்பித் தங்கள் உடைமைகள் அனைத்துடனும் சரணடைந்து விடுகின்றனர், அவர்களுடைய பொதுவான தேவைகள், எதிர்பார்ப்புகள், அந்த இளவரசருக்குப் பெரும் சுமையையும், முடிவற்ற துன்பங்களையும் ஏற்படுத்துகிறது, அவற்றை அவர், புதிதாகச் சேர்த்துக் கொள்ளப்பட்ட பகுதியின் மீது சுமத்தவேண்டியிருக்கிறது.

இதன் மூலமாக, அந்த நாட்டைக் கைப்பற்றுவதற்காக, நீங்கள் துன்பத்திற்குள்ளாக்கிய அனைவரும் உங்களுக்கு எதிரியாகிறார்கள், அதுமட்டுமன்றி, அந்த நாட்டைக் கைப்

பற்றுவதற்கு உதவிய நண்பர்களையும் உங்களால் தக்க வைத்துக் கொள்ள முடியவில்லை, ஏனென்றால் அவர்களின் எதிர்பார்ப்பை உங்களால் திருப்திப்படுத்த இயலவில்லை, மேலும் உங்களால் அவர்களுக்கு எதிராக எந்தவிதமான பலமான நடவடிக்கையும் எடுக்க முடியாது, ஏனென்றால் நீங்கள் அவர்களுக்குக் கடமைப்பட்டிருக்கிறீர்கள். ஒருவர் மிகப் பெரும் படை வலிமையைப் பெற்றிருந்தாலும், ஒரு நாட்டிற்குள் நுழைவதற்கு, அங்கு வாழும் மக்களின் நல் லெண்ணத்தையும் பெற்றிருக்க வேண்டும்.

இந்தக் காரணங்களுக்காகப் பிரான்ஸின் அரசன் பனிரெண்டாம் லூயி, எவ்வளவு விரைவாக மிலனை ஆக்ர மித்துக் கொண்டாரோ அவ்வளவு விரைவாக இழக்கவும் செய்தார்; முதல்முறை அதனை ஆக்ரமிப்பதற்கு லோடோவி கோவின் படைகள் அவருக்குத் தேவைப்பட்டது; அதனை ஆக்ரமிக்க வழிகாட்டியவர்கள் புதிய இளவரசரின் அவ மரியாதையைத் தாங்கிக் கொள்ள முடியாமல், தங்களின் எதிர்காலத்தைப் பற்றிய நம்பிக்கைகள் ஏமாற்றப்பட்டன என்று தெரிந்து கொண்டனர். இளவரசருக்கு எதிராகப் புரட்சி செய்தனர், வேறுவழியின்றி இளவரசர் வெளி யேறினார். ஆனால் அவர் மிலனை இரண்டாம் முறையாகக் கைப்பற்றிய போது, தனக்கெதிராகப் புரட்சி செய்த பகுதி களிலிருந்தவர்களைச் சுலபமாக விட்டுவிடவில்லை, இந்தப் புரட்சியைக் காரணம் காட்டிச் சந்தேகத்திற்குரியவர்களை நீக்கியும், பலவீனமான இடங்களில் தன்னைப் பலப்படுத்திக் கொண்டும், தவறிழைத்தவர்களுக்குத் தண்டனையும் வழங் கினான். பிரான்ஸ் முதல் முறை மிலனை இழப்பதற்கு லோடோவிகோவின் எல்லைப் பகுதிகளில் கலகம் செய்தது போதுமானதாக இருந்தது; ஆனால் இரண்டாம் முறை, உலகம் முழுவதும் அந்த இளவரசனுக்கு எதிராகத் திரண்டு வந்து, அவனுடைய இராணுவத்தைத் தோல்வியடைய வைத்து, விரட்ட வேண்டியிருந்தது.

இப்படி மிலன் பிரான்ஸிடமிருந்து முதல் முறையா கவும், இரண்டாவது முறையாகவும் மீட்கப்பட்டது. முதல் முறைக்கான பொதுவான காரணங்களைப் பற்றி நாம் விவாதித்துவிட்டோம்; அவை, இரண்டாவது முறைக்கான காரணங்களை நமக்கு நினைவுபடுத்துகிறது, பிரான்ஸின் இளவரசரை விட வேறு எவராவது அந்த இடத்தில் இருந் திருந்தால், தான் கைப்பற்றிய நாட்டைப் பாதுகாப்புடன் பராமரித்திருக்க முடியும்.

இளவரசர் தனது பாரம்பரியமான நாட்டுடன் இணைத்துக் கொண்ட பகுதிகள், அவரது நாட்டைப் போன்றே பழக்கவழக்கங்களையும், மொழியையும் கொண்டிருந்தாலும், அது சேர்த்துக் கொள்ளப்பட்டவை என்றுதான் கூறமுடியும். குறிப்பாக, அந்தப் பகுதிகள், தாங்களே ஆட்சியை அமைத்துக் கொள்ளாத போது, அவற்றைத் தக்கவைத்துக் கொள்வது சுலபம்; அந்தப் பகுதிகளை ஏற்கனவே ஆட்சி செய்து கொண்டிருந்த இளவரசரின் குடும்பத்தை அழித்துவிட்டால், தக்கவைத்துக் கொள்ளலாம்; ஏனென்றால் இருவேறு விதமான மக்கள், அவர்களது பழக்கவழக்கங்கள் ஒன்றாக இருந்தபோதிலும், தங்களைப் பாதுகாத்துக் கொள்ள வேண்டிய நிலையில் அமைதியாகச் சேர்ந்து வாழவேண்டும், பிரிட்டனி, பர்கண்டி, கேஸ்கோனி மற்றும் நார்மண்டி போன்ற நாடுகள் நீண்ட காலமாகப் பிரிட்டனைச் சார்ந்து இருந்ததைப் போல; அங்கே மொழியில் சில வேறுபாடுகள் இருந்த போதிலும், அவர்களது பண்பாடு, கலாச்சாரம் ஆகியவை ஒன்றாக இருந்தன, ஆகவே அந்த மக்கள் தங்களுக்குள் ஒத்துப்போய்விட்டனர். அவற்றை இணைத்த இளவரசன், அவற்றைத் தக்க வைத்துக் கொள்ள விரும்பினால், இரு விஷயங்களை மனதில் கொள்ளவேண்டும்: ஒன்று அவர்களது முந்தைய தலைவனின் குடும்பம் அழிக்கப்படவேண்டும், மற்றொன்று அவர்களுடைய சட்ட விதிமுறைகள் மற்றும் வரிகள் மாற்றப்படக்கூடாது, அப்போது தான், மிகக் குறுகிய காலத்தில் அந்த இளவரசரின் பாரம்பரியமான நாட்டுடன் தாங்களும் ஒன்றாக இணைவார்கள்.

ஆனால், மொழி, பண்பாடு மற்றும் சட்டதிட்டங்கள் வேறான நாட்டைக் கைப்பற்றும்போது சில இடையூறுகள் ஏற்படுகின்றன, அந்த நாட்டைத் தக்கவைத்துக் கொள்ள அதிர்ஷ்டமும், மிகச் சிறந்த வலிமையும் தேவைப்படுகிறது, அதைவிட முக்கியமான ஒன்று, அதனைக் கைப்பற்றியவர் அங்கே சென்று தங்கியிருப்பதுதான் மிகவும் உதவியாக இருக்கும். இது, அந்த நாட்டில் அவரது நிலையைப் பாதுகாப்பாகவும், நீடித்து வைத்திருக்கவும் உதவும், கிரீஸில், துருக்கியை இருக்கச் செய்தது போல, அவர் அந்த நாட்டைத் தக்கவைத்துக் கொள்ள எடுத்த நடவடிக்கைகளைப் பொறுத்துக் கொள்ள முடியாத போது, அவர் அந்த இடத்தில் தங்கியிருக்காமல் இருந்திருந்தால், அவர்கள் எழுச்சியுற்றுப் போராட்டத்தில் இறங்கி ஒழுங்கு கெடும்போது, உடனடியாக

நடவடிக்கை எடுத்திருக்க முடியாது; அது மட்டுமன்றி, அவரது அதிகாரிகள், அவர் பெயரைப் பயன்படுத்தி மக்களைக் கொள்ளையடிக்காமல் இருக்கவேண்டும்; அப்போதுதான் மக்கள் இளவரசருக்குத் தங்கள் கடமைகளைத் திருப்தியுடன் செய்வார்கள்; அவரை நேசித்து நல்லவர்களாக இருக்க விரும்புவர் அல்லது அவருக்குப் பயந்து அமைதியாக இருப் பார்கள். இளவரசர் அங்கே தங்கியிருக்கும் வரை வெளி யிலிருந்து அந்த நாட்டைத் தாக்க நினைப்பவர்கள் மிகவும் எச்சரிக்கையுடன் இருப்பார்கள்; அத்துடன் அந்த நாட்டைக் கைப்பற்றுவது சிரமம் என்று நினைப்பார்கள்.

அந்த நாட்டைத் தக்கவைத்துக் கொள்ளச் சிறந்த வழி என்னவென்றால், நாட்டின் முக்கியமான பகுதிகளில் குடி யேற்றத்தை ஏற்படுத்துவதுதான் அல்லது குதிரைப்படை மற்றும் காலாட்படைகளை வைத்துக் கொள்ள வேண்டும். ஒரு இளவரசன், இதுபோன்ற குடியேற்றங்களுக்கு நிறைய செலவு செய்யவேண்டியதில்லை, குறைந்த செலவில் அல்லது செலவின்றி அவர் அவற்றை அனுப்பித் தக்க வைத்துக் கொள்ள முடியும், இப்படிக் குடியேற்றங்களை ஏற்படுத்தத் தேவையான நிலங்களை அல்லது வீடுகளை, அங்கு குடியிருப்போரிடமிருந்து இளவரசர் எடுத்துக் கொண்டு, புதிய குடியிருப்புகளை ஏற்படுத்திக் கொள்கிறார், இதனை எதிர்ப்பவர்கள் மிகச் சிறிய கூட்டம்தான், இவர்களை இளவரசர் தண்டிக்கிறார்; அப்படித் தண்டிக்கப்பட்ட அந்தச் சிறுபான்மையினர் ஏழைகளாகவும், ஆங்காங்கே சிதறிக்கிடப்பவர்களாகவும் இருப்பதால், இளவரசரை எதிர்த்துத் தொல்லைகள் கொடுக்க முடியாது அதே சமயம் தண்டிக்கப்படாதவர்களும் வாயடைக்கப்படுகிறார்கள், அந்தச் சிறுபான்மையினரைப் போன்று தமக்கும் எந்தவித தீங்கும் ஏற்பட்டுவிடக்கூடாது என்ற பயமும் ஏற்படுகிறது. நாம் இங்கு குறிப்பிடவேண்டியது என்னவென்றால், மனிதர் கள் நல்லவிதமாக மரியாதையுடன் நடத்தப்படவேண்டும் அல்லது ஒரேடியாக நசுக்கப்படவேண்டும், ஏனென்றால் அவர்கள் சிறு தொல்லைகளைக் கொடுப்பதன் மூலம் பழி வாங்க வேண்டும் என்று நினைக்கின்றனர், ஆகவே, ஒரு வனுக்கு எப்படிப்பட்ட தண்டனைகள் கொடுக்கவேண்டு மென்றால், அவன் எப்போதுமே பழிவாங்க வேண்டும் என்று நினைக்கக்கூடாது.

ஆனால், குடியேற்றங்களில் ஆயுதந்தாங்கிய படையினரை வைத்துப் பராமரிப்பதற்கு மிகுந்த செலவு செய்ய வேண்டும், நாட்டின் அனைத்து வருவாயையும் அந்தப் படையினருக்குச் செலவு செய்ய வேண்டியிருக்கும், அதனால் தான் இதுபோன்று நாடுகளைக் கைப்பற்றுவது நஷ்டமான ஒன்றாக ஆகிவிடுகிறது, பலர் இதனால் எரிச்சலும் அடைகின்றனர், இதனால் மொத்த நாடும் தொல்லைக்குள்ளாகிறது; அந்தப் படையினரை ஓரிடத்திலிருந்து மற்றோர் இடத்திற்கு மாற்றுவதும் பல தொல்லைகளைக் கொடுக்கிறது, இதனால் பலரது பகையுணர்வை ஏற்படுத்திக் கொள்ள வேண்டியிருக்கிறது, இப்படி அரசுக்கு எதிரியாகிறவர்கள் தங்கள் சொந்த மண்ணிலேயே அடித்துத் துன்புறுத்தப்படுவதால், அரசுக்குத் தொல்லைகள் வருகின்றன, ஆகவே, குடியேற்றங்கள் பயன்படுவதைப் போலப் பாதுகாப்பு ஏற்பாடுகள் பலனளிப்பதில்லை.

மேலே கூறப்பட்டுள்ள வேறுபாடுகளைக் கொண்ட நாட்டை இணைத்துக் கொண்ட இளவரசன், அதற்குத் தலைவனாகத் தன்னை ஆக்கிக்கொள்ள வேண்டும், பலம் மிகுந்த அண்டை நாடுகளிலிருந்து அதனைக் காப்பாற்றிக் கொள்பவனாக இருக்கவேண்டும், அவர்களில் மிகுந்த பலம் பொருந்தியவர்களை மிகவும் பலகீனர்களாக மாற்றும் திறமையும் கொண்டிருக்கவேண்டும், அவனைப் போன்ற பலம் பொருந்திய அயல்நாட்டவர் எவரும், எதிர்பாராத விதமாக, நாட்டிற்குள் காலை வைத்துவிடாதபடி பாதுகாத்துக் கொள்ள வேண்டும், ஏனென்றால், அந்த இளவரசரின் மீது மிகுந்த எதிர்பார்ப்பு வைத்து ஏமாந்து போன அல்லது அவன் மீது பயம் கொண்ட எவராவது அயல்நாட்டவரைத் தூண்டிவிடுவது என்பது எப்போதும் நடக்கின்ற ஒன்று தான், கிரீஸுக்குள், ஏடோலின்களால் ரோமர்கள் கொண்டு வரப்பட்டனர்; இதுபோன்று ஒவ்வொரு நாட்டிலும், கால் வைத்தவர்கள் அனைவருமே, அங்கு வசிப்பவர்களால் கொண்டு வரப்பட்டவர்கள் தான். சர்வ சாதாரணமாக நடக்கின்ற ஒன்று என்னவென்றால், ஒரு பலம் வாய்ந்த அயல்நாட்டவர் ஒரு நாட்டிற்குள் நுழைந்ததும், ஆட்சியாளருக்கு எதிராக வெறுப்புணர்வுடன் இருப்பவர்களைத் தன் பக்கம் இழுத்துக்கொள்கிறான். அப்படிப்பட்ட மக்கள் இருக்கும் நாடுகளைப் பொறுத்தவரை அவற்றைத் தன்பக்கம் இழுத்துக் கொள்வதில் அவர் எந்தச் சிரமமும் படவேண்டிய

தில்லை, ஏனென்றால் அவர்களே அவன் பக்கம் திரண்டு வந்துவிடுவார்கள். அவர்களின் பலம் அதிகரிக்காமலும், அவர்கள் அதிகாரம் பெற்றுவிடாமலும் பார்த்துக் கொள்ள வேண்டும், அவர்களுடைய நல்லெண்ணத்தைப் பெற்று விட்டால், அவர்களில் மிகவும் பலம் பொருந்தியவர்களைத் தன் கைக்குள் வைத்துக் கொண்டு, நாட்டை முழுவதுமாகத் தன் ஆளுமையின் கீழ் கொண்டு வந்துவிடலாம். இதனைச் சரியாகச் செய்யவில்லையென்றால், அவன் கைப்பற்றிய நாட்டை விரைவில் இழந்துவிடுவான் அல்லது அதனைத் தக்கவைத்துக் கொள்வதில் ஏராளமான துன்பங்களையும், தடைகளையும் சந்தித்துக் கொண்டிருக்கவேண்டும்.

ரோமானியர்கள், தாங்கள் இணைத்துக் கொண்ட நாடுகளில் இந்த நடவடிக்கைகளைத் தான் மேற்கொண்டார்கள், அவர்கள் குடியேற்றங்களை ஏற்படுத்தினார்கள். அங்கிருக்கும் சிறு சிறு தலைவர்கள் தங்கள் பலத்தை வெளிப்படுத்திவிடாமல் அல்லது அதிகமாக்கிக் கொள்ளவிடாமல் அவர்களுடன் நட்புறவை வளர்த்துக் கொண்டார்கள்; வலிமை மிகுந்தவர்களை அடக்கி வைத்தார்கள், அயல் சக்திகள் எதுவும் தலையிட்டுவிட அனுமதிக்கவில்லை. கிரீஸ் இதற்குப் போதுமான உதாரணமாக எனக்குத் தோன்றுகிறது. அகாயியன்களும், ஏடோலியன்களும் நட்பு வைத்துக் கொள்ள முடிந்தது, மாசிடோனியப் பேரரசு மிகப் பணிவுடன் இருந்தது, ஆண்டியோகஸ் விரட்டப்பட்டான்; இருந்தபோதிலும் அகாயியன்களும், ஏடோலியன்களும் தங்களது வலிமையை அதிகரித்துக் கொள்ள அனுமதிக்கப்படவில்லை, பிலிப்பின் இணங்க வைக்கும் பேச்சுக்களால், ரோமன்கள் எப்போதும் அவருடைய நண்பர்களாக வைத்துக் கொள்வதற்கு உதவி செய்யவில்லை, அதுபோன்றே, ஆண்டியோகஸின் செல்வாக்கு, அந்த நாட்டின் தலைவனாகத் தக்கவைத்துக் கொள்ளப் பயன்படவில்லை. ஏனென்றால், அனைத்து புத்திசாலித்தனமான இளவரசர்களும் என்ன செய்வார்களோ அதைத்தான் ரோமானியர்களும் இந்த விஷயங்களில் செய்தார்கள், இப்போதைய துன்பங்களை விட, எதிர்காலத்தில் ஏற்படக்கூடிய துன்பங்களைப் பற்றி சிந்தித்தார்கள், அதற்காகத் தங்களிடமிருந்தும் அனைத்து சக்திகளையும் தயாராக வைக்க வேண்டியிருந்தது, ஏனென்றால், எதிர்காலத்தில் நடக்கவிருப்பதை முன்னதாக அறிந்து கொண்டால், மிகச் சுலபமாக அதற்கான தீர்வை ஏற்படுத்திக்

கொள்ளலாம்; ஆனால், ஒரு நோய்க்குச் சரியான நேரத்தில் மருந்து அளிக்காவிட்டால், அந்த நோய் குணப்படுத்த முடியாமல் முற்றிவிடும்; அதுதான் இதில் நடைபெறுகிறது, வைத்தியர்கள் கூறுவது போல், நோயின் ஆரம்ப காலத்திலேயே அதைக் குணப்படுத்திவிட வேண்டும், ஆனால் நோயைக் கண்டுபிடிப்பதுதான் சிரமம், அதனை ஆரம்பத்திலேயே கண்டுபிடிக்காவிட்டாலும், சிகிச்சைக்குட்படுத்தாமலும் இருந்தால், அந்த நோய் வெளியே தெரிந்தபின், அதனைக் குணமாக்குவது முடியாத ஒன்று. இதுதான், இந்த நாட்டிலும் நடைபெறுகிறது, வரப்போகும் கெடுதல்களை முன்னதாகவே தெரிந்துகொண்டால் (அதுவும் ஒரு புத்திசாலியால் மட்டுமே முடியும்.) அவற்றை விரைவாகச் சரிசெய்து கொள்ள முடியும், ஆனால், அப்படி முன்னதாகவே தெரிந்துகொள்ளாவிட்டால், அவை நன்றாக வளர்ந்து, அனைவரும் அதைத் தெரிந்து கொள்ளும் நிலைக்கு வந்துவிடும், பின்னர் அதற்கு எந்தத் தீர்வையும் காணமுடியாது. ஆகவே, ரோமன்கள், வரக்கூடிய தொல்லைகளை முன்னதாகவே அறிந்துகொண்டு, அதனை உடனடியாகச் சரி செய்தார்கள், போர் எதுவும் வந்துவிடக்கூடாது என்று அவர்களைத் தலையெடுக்க விடாமல் செய்தனர், ஆனால் போரைத் தவிர்ப்பதற்காக அல்ல, இதுபோன்று மற்றவர்கள் தலையெடுத்துவிடாமல் இருக்கவேண்டுமென்பதற்காக; அத்துடன் அவர்கள், பிலிப்புடனும், ஆண்டியோகஸுடனும் கிரீஸில் போரிட வேண்டுமென்று விரும்பினார்கள், இத்தாலியில் சந்திக்க விரும்பவில்லை; அவர்கள் அந்த இரு இடங்களையும் தவிர்த்திருக்கலாம், ஆனால் அவர்கள் இதை விரும்பவில்லை, அத்துடன் இது அவர்களைத் திருப்திப்படுத்தாது. புத்திசாலிகள் எப்போதுமே கூறிக் கொண்டிருப்பது: காலம் நமக்கு அளித்திருக்கும் நன்மைகளையும் அனுபவிப்போம் - ஆனால் வீரத்தையும், விவேகத்தையும் அல்ல, ஏனென்றால் காலம் அதனை மாற்றிவிடும், நல்லவற்றைக் கெட்டவைகளாகவும், கெட்டவைகளை நல்லவைகளாகவும்.

இப்போது நாம் ஃபிரான்ஸைப் பற்றிப் பார்ப்போம், மேலே கூறப்பட்டுள்ள எதனையும் அது செய்திருக்கிறதா என்று தெரிந்துகொள்வோம். நான் இப்போது பனிரெண்டாம் லூயியைப் பற்றிப் பேசப் போகிறேன் (எட்டாம் சார்லஸைப் பற்றி அல்ல). ஏனென்றால் அவருடைய

நடவடிக்கைகளை நாம் கொஞ்சம் கவனிக்கவேண்டும், அவர் இத்தாலியை நீண்ட காலமாகத் தக்கவைத்துக் கொண் டிருந்தார்; அவர் எதிர் எதிரான, தலைகீழான நடவடிக்கை களைக் கொண்ட மக்கள் இருக்கும் அந்த நாட்டைத் தக்கவைத்துக் கொள்ள எதைச் செய்ய வேண்டுமோ, அதனைச் செய்வதற்குப் பதில், எதிர் நடவடிக்கை எடுத்தார்.

வெனிஷியர்களின் விருப்பத்தினால் அரசர் லூயிஸ், இத்தாலிக்குக் கொண்டுவரப்பட்டார், அவருடைய தலை யீட்டினால், லம்பார்டியின் ஒரு பகுதி தங்களுக்குக் கிடைக்கு மென்று வெனிஷியர்கள் விரும்பினர். இங்கு அரசன் மேற் கொண்ட நடவடிக்கையை நான் குற்றம் கூறப்போவதில்லை, ஏனென்றால், இத்தாலியில் கால் வைக்க வேண்டுமென்றால், அங்கு தனக்குச் சாதகமாகச் செயல்படும் எவரும் இல்லாத போது, சார்லஸின் நடவடிக்கைகளினால் இத்தாலியின் ஒவ்வொரு வாசலும் அடைக்கப்பட்டிருப்பதைப் பார்த்ததும் கிடைக்கும் ஒவ்வொரு சாதகமான நட்பையும் ஏற்றுக் கொள்ள வேண்டியிருந்தது, அவரது சொந்தத் திறமையினால் மிக விரைவாக வெற்றி கொண்டிருக்கலாம், ஆனால் சில விஷயங்களில் அவர் சில தவறுகளைச் செய்யாமலிருந்தால். அந்த அரசன் லம்பார்டியைக் கைப்பற்றியதும், உடனடியாகச் சார்லஸினால் இழந்த அதிகாரத்தை மீளப் பெற்றான்: அதாவது ஜெனோவா பணிந்தது; ஃபிளோரன்டைன்கள் அவருடைய நண்பர்களானார்கள்; மாண்டுவாவின் மார்க்கஸ், ஃபெர்ராராவின் அரசன், பென்டிவோக்லியோ, ஃபோர்லியின் மை லேடி, ஃபாயென்ஜா பிரபுக்கள், பெசாரோ, ரிமினி, கேமரினோ, பியாம்பினோ, லக்கெசி, பீசன்ஸ், சையானிஸ் - ஆகியவற்றைச் சேர்ந்தவர்கள் அனைவரும் அவருடன் நட்புறவு கொள்ள முன்வந்தனர். அதன் பிறகுதான், வெனிஷியர்கள் தாங்கள் எடுத்த கண் மூடித்தனமான நடவடிக்கைகளின் விளைவை உணர்ந்தனர், லம்பார்டியின் இரு நகரங்களை மட்டும் பெற்றுக்கொள்ள விரும்பித் தாங்கள் எடுத்த நடவடிக்கையின் காரணமாக இத்தாலியின் மூன்றில் இரண்டு பங்கை அரசன் தன் ஆளுமை யின் கீழ் கொண்டு வருவான் என்று எதிர்பார்க்கவில்லை.

அந்த அரசன்தான் கைப்பற்றியதைத் தக்கவைத்துக் கொள்ளவும், இத்தாலியில் தன் நிலையைப் பராமரித்துக் கொள்ளவும், தனது நண்பர்களைப் பாதுகாக்கவும், எப்படிப் பட்ட இடையூறுகளை அடைந்திருப்பார் என்று எவர்

வேண்டுமென்றாலும் அறிந்து கொள்ளலாம், ஏனென்றால், அந்த நண்பர்கள் மிகப்பெரிய கூட்டமாக இருந்தாலும், பலகீனமானவர்களாகவும், கூச்ச சுபாவம் உடையவர்களா கவும் இருந்தனர், சிலர் சர்ச்சுக்குப் பயந்தவர்களாகவும், சிலர் வெனிஷியர்களுக்குப் பயந்தவர்களாகவும் இருந்தனர், ஆகவே அவர்கள் அரசனுடன் எப்போதும் நல்லுறவுடன் இருக்கவேண்டிய கட்டாயத்தில் இருந்தார்கள், இதன் மூலம் அவனைவிட வலிமையாக இருந்தவர்களுக்கு எதிராகப் பாதுகாப்பாக இருந்திருக்க முடியும். ஆனால், போப் அலெக்ஸாண்டர், ரோமக்னாவைக் கைப்பற்றுவதற்கு உதவி செய்ததன் மூலம், அவர் தன்னைப் பலவீனப்படுத்திக் கொண்டது மட்டுமல்லாமல், அவரிடத்தில் சரணடைந்து நட்புறவை ஏற்படுத்திக் கொண்ட நண்பர்களுக்குத் துரோகம் செய்தது மட்டுமன்றி, சர்ச்சுக்கு உலகளாவிய அதிகாரங் களையும் கொடுத்தான். இது போன்ற அடிப்படையான தவறைச் செய்த அவர் அவற்றை மிகவும் ஆர்வத்துடன் பின்பற்றவும் செய்தார், அலெக்ஸாண்டரின் நோக்கத்திற்கு முடிவு கட்டுவதற்காக, அவர் டஸ்கேனியின் தலைவராக அவதைத் தடுப்பதற்காக, அவர் இத்தாலிக்கு வரவேண்டிய கட்டாயம் ஏற்பட்டது.

சர்ச்சுக்கு உலகளாவிய அதிகாரம் கொடுத்தது போதாது என்று, நண்பர்களுக்குத் துரோகம் செய்தது போதாது என்று, அவர் நேபிள்ஸ் பேரரசையும் கைக்கொள்ள விரும் பினார், அதனை ஸ்பெயின் அரசனுடன் பங்கு போட்டுக் கொண்டார், இத்தாலிக்கு ஒரு முக்கியமானவராக இருந்தவர் இப்போது கூட்டுச் சேர்ந்து கொண்டார், அப்போதுதான் அந்த நாட்டின் தேவைகளும், அவருடைய விருப்பங்களும் நிறைவேற ஒரு ஆதரவு கிடைக்குமென்று நினைத்தார்; அவர் தனது நாட்டிலேயே தங்கியிருந்து, ஒரு சிறந்த அரசராக ஓய்வு பெற்றிருக்க முடியும், ஆனால் அவரை விரட்டுவதற்காக மற்றொருவரை அங்கே கொண்டு வந்து வைத்தார், அவர் தான் லூயிஸ்.

உண்மையில் ஒரு நாட்டைக் கைப்பற்றும் விருப்பம் இயற்கையானதுதான், அனைவரும் விரும்பக்கூடிய ஒன்று தான், அவர்களால் முடிந்த போதெல்லாம் இதைச் செய்து கொண்டு தான் இருக்கிறார்கள், இதற்காக அவர்கள் பாராட்டப்படுகிறார்களே தவிர, குறை கூறப்படுவதில்லை;

ஆனால் அவர்களால் அதனைச் சரியாகச் செய்ய முடியாத போது அல்லது எந்த வழியிலாவது அங்கே முட்டாள்தனம் செயல்படுகிறது, அதனால் குறை கூறப்படுகிறது. ஆகவே, பிரான்ஸ் தனது சொந்தப் படையினருடன் நேப்பிள்ஸின் மீது படையெடுத்திருந்தால், அதனால் அப்படிச் செய்திருக்க முடியும், ஆனால் அப்படிச் செய்யாத போது, நேபிள்ஸைப் பங்கு போட்டுக் கொண்டிருக்கக் கூடாது. லம்பார்டியை வெனிஷியர்களுடன் பங்கு போட்டுக் கொண்டால்தான் இத்தாலியில் கால் வைக்க முடியும் என்ற வாதத்தை அது முன் வைக்கலாம் ஆனால் இந்த நாட்டைப் பங்கு போட்டுக் கொள்வதற்கான காரணங்கள் அங்கே எதுவுமில்லை, தேவை யுமில்லை.

ஆகவே, லூயிஸ் ஐந்து தவறுகளைச் செய்தார்: அவர் சிறுபான்மை சக்திகளை அழித்தார், அவர் இத்தாலியில் ஒரு குறிப்பிட்ட சக்தியை வளர்த்தார், அதாவது வெளியிலிருந்து ஒரு சக்தியை உள்ளே கொண்டு வந்தார், அவர் அந்த நாட்டில் சென்று வசிக்கவில்லை, அவர் அங்கு குடியேற்றம் எதையும் அனுப்பவில்லை. இந்தத் தவறுகள் மட்டுமன்றி, ஆறாவது தவறான, வெனிஷியர்களின் பகுதிகளை எடுத்துக் கொள்ளா மல் இருந்திருந்தால், அவருக்குத் துன்பங்கள் நேர்ந்திருக் காது; சர்ச்சுக்கு அவர் வானளாவிய அதிகாரம் கொடுக்காமல் இருந்திருந்தால், ஸ்பெயினை இத்தாலிக்குள் கொண்டு வராமல் இருந்திருந்தால், அவர்களைத் தனக்குப் பணிந்தவர் களாக வைத்திருக்க முடிந்திருக்கும்; ஆனால் முதலில் இந்த நடவடிக்கைகளை எடுத்துவிட்டு, அந்த அழிவுகளுக்குக் காரணமாக இருந்திருக்க வேண்டியதில்லை, எனென்றால் அவர்கள் மிகவும் பலம் வாய்ந்தவர்களாக இருப்பதால் லம்பார்டியை உருவாக்குவதில் மற்றவர்களை எப்போதுமே விலக்கி வைத்திருந்தார்கள், இதற்கு ஒருபோதும் ஒத்துக் கொண்டிருக்கமாட்டார்கள், தாங்களே அதற்குத் தலைவர் களாக இருந்திருப்பார்கள்; ஏனென்றால், மற்றவர்கள் பிரான் ஸிடமிருந்து லம்பார்டியை எடுத்து வெனிஷியர்களிடம் கொடுக்க விரும்பியிருக்கமாட்டார்கள், அவர்களுக்கு இரண்டையும் செய்வதற்குத் தைரியமில்லை.

அரசன் லூயிஸ், ரோமாக்னாவை அலெக்ஸாண் டருக்குக் கொடுத்தது, பேரரசை ஸ்பெயினுக்குக் கொடுத்தது, போரைத் தவிர்ப்பதற்காக என்று யார் வேண்டுமென்றாலும்

கூறலாம்; போரைத் தவிர்ப்பதற்காக மாபெரும் தவறைச் செய்திருக்கக்கூடாது, ஏனென்றால் அது தவிர்க்கப்பட வேண்டியது அல்ல. இளவரசன் போப்புக்கு அளித்த வாக்குறுதியை ஒருவர் குற்றமென்று கூறினால், அவர், இளவசரரின் திருமணத்தைத் தடுத்து நிறுத்துவதற்குப் பதிலுதவியாக இதைச் செய்தார் என்றும், இளவரசரின் நம்பிக்கையைப் பற்றிய விஷயம் என்பதையும் நான் பின்னர் எழுதவிருக்கிறேன்.

இப்படி லூயிஸ், நாடுகளைக் கைப்பற்றுபவர்கள், அதைத் தக்கவைத்துக் கொள்ள விரும்புபவர்கள் பின்பற்ற வேண்டிய எந்த ஒரு நிபந்தனையையும் பின்பற்றாததால், லம்பார்டியை இழந்தார். இதில் மாயாஜாலம் ஏதும் இல்லை, ஆனால் அது நடக்கக்கூடியது, இயற்கையானதும் கூட. மேலும் இந்த விஷயங்கள் பற்றி ரோயினுடன் நான்டெஸ் ஸில் பேசினேன், வாலென்டினோ, போப் அலெக்ஸான்டரின் மகன், [1]சீசர் போர்ஜியா என்று வழக்கமாக அழைக்கப்படு பவன், ரோமாக்னாவைச் சுவாதீனப்படுத்திக் கொண்டான், கார்டினல் ரோயின், இத்தாலியர்கள் போரைப் புரிந்துகொள்ள வில்லை என்று என்னிடம் கூறினார், பிரான்ஸ் ஒரு நாட்டை அமைக்கும் கலையைப் புரிந்துகொள்ளவில்லை என்று நான் பதிலளித்தேன், அதாவது சர்ச்சுக்கு அப்படி ஒரு பெரிய அதிகாரத்தை அனுமதித்திருக்கக்கூடாது. உண்மையில் சர்ச்சின் வானளாவிய அதிகாரமும், இத்தாலியில் ஸ்பெயி னும், பிரான்ஸினால் ஏற்படுத்தப்பட்டது. இதிலிருந்து பொதுவாக எப்போதும் தோல்வியடையாத ஒரு விதிமுறையை நாம் ஏற்படுத்திக் கொள்ள வேண்டியது என்னவென்றால்: யார் ஒருவர் மற்றவர்களின் வலிமையைத் தூண்டிவிடு கிறார்களோ, அவர்களே அதற்குப் பலியாகிறார்கள், ஏனென்றால் புத்திசாலித்தனம் அல்லது கட்டாயம் அல்லது இந்த இரண்டினாலும் கொண்டுவரப்பட்ட அந்த வலிமையானது, பதவியைப் பிடித்தவன் மீதான நம்பிக்கையை இழந்துவிடுகிறது.

1. இத்தாலியில் – டச்சு வாலென்டினாய்ஸ் என்று பனிரெண்டாம் லூயிஸால் வழங்கப்பட்டது.

> "ஏமாற்றுபவனுக்கு எப்போதும் ஏமாறத் தயாராக இருப்பவர்கள் ஏராளமாகக் கிடைக்கின்றனர்."
> - நிகாலோ மேக்கியவல்லி

அத்தியாயம் - 4

அலெக்ஸாண்டரால் வெற்றி கொள்ளப்பட்ட டாரியஸ் பேரரசு, அவர் இறந்த பின், அவரது வாரிசுகளுக்கு எதிராக ஏன் போராட்டம் நடத்தவில்லை

ஒருவர் தாம் வெற்றிகொண்டு புதிதாக இணைத்துக் கொண்ட பகுதிகளைத் தக்கவைத்துக் கொள்வதில் ஏற்படும் சிரமங்களைப் பரிசீலிக்கும்போது, மகா அலெக்ஸாண்டர் ஒரு சில ஆண்டுகளில் ஆசியாவைத் தம் ஆளுமையின் கீழ் கொண்டு வந்து மிகப் பெரும் தலைவராக ஆனார், இது எப்படியென்று சிலர் வியப்படையலாம், ஆனால் அந்த நாடுகள் இன்னும் சரியாக ஒழுங்கமைக்கப்படாமல் இருந்த போது அலெக்ஸாண்டர் இறந்துவிட்டார், (அந்த நேரத்தில் அவர் வெற்றி கொண்ட நாடுகள் அனைத்தும் எழுச்சி கொண்டு போராட்டம் நடத்தியிருக்கவேண்டும் என்பது சரியான எண்ணமே) இருந்த போதிலும், அலெக்ஸாண்டரின் வாரிசுகள் அவற்றைத் தாங்களாகவே தக்கவைத்துக் கொண் டனர், அதைத் தக்க வைத்துக் கொள்வதில் எந்தப் பிரச்சினை யும் ஏற்படவில்லை, அவர்களுக்குள்ளே ஏற்பட்ட சொந்தப் பேராசைகளினால் விளைந்த பிரச்சினைகளைத் தவிர.

இளவரசர்களால் ஆளப்படும் நாடுகளில் மிகச் சிறப்பாக ஆட்சி செய்யும் வழிகளைப் பற்றிக் குறிப்பிடும்போது, அவை இரண்டு வழிகளில் ஆளப்படுகின்றன: இளவரசருடன் அவர் நியமித்த, அவரது அனுமதி பெற்ற, அவருக்குச் சாதகமாகப் பேரரசை ஆள்வதற்கு உதவக் கூடிய பணியாளர் குழுவினால் ஆளப்படுகிறது; மற்றொன்று, இளவரசருடன் அவரது இரத்த சம்பந்தமுள்ள பாரம்பரியமான கௌரவமான பிரபுக் கள் குழுவின் உதவியுடன் ஆளப்படுகிறது, ஆனால் இளவரச ரின் கருணைக்கு உட்பட்டு அல்ல. அந்தப் பிரபுக்கள்

தங்களுக்கென்று ஒரு நாடும், தங்களைப் பிரபுக்களாகக் கொண்டாடும், இயற்கையாகவே தங்கள் மீது அன்பு செலுத்தும் மக்களையும் கொண்டவர்கள். அந்த நாடுகளும் இளவரசரால் ஆளப்படுபவை தான், இளவரசரால் நியமிக் கப்பட்ட பணியாளர்கள் குழுவும் தங்களது இளவரசரை மிகவும் நேசிப்பதுடன் மரியாதையாகவும் நடத்துவார்கள், ஏனென்றால் இளவரசரைவிட மிகப்பெரியவர் எவரும் இல்லை என்ற காரணத்தால், அப்படியே அவர்கள் வேறு எவருக்காவது பணிவுடன் இருக்க வேண்டுமென்றால் அவர்கள் அமைச்சர்களுக்கும், அதிகாரிகளுக்கும் மரியாதை செலுத்துவார்கள், ஆனால் நேசத்துடன் அல்ல.

இந்தக் காலத்தில், துருக்கியும், பிரான்ஸின் அரசனும் இந்த இரு அரசுகளுக்கு உதாரணங்களாக இருக்கின்றனர். துருக்கி முழுவதும் ஒரு முடியாட்சியின் கீழ் ஒரு தலைவனால் ஆட்சி செய்யப்பட்டது, அவருடைய பேரரசை சான்ஜாக்கு களாகப் பிரித்து, அதற்கு நிர்வாகிகளை நியமித்தார், அவர்களைத் தன் விருப்பப்படி தேர்ந்தெடுக்கவும், மாற்றங் கள் செய்யவும் முடிந்தது. ஆனால், பிரான்ஸின் அரசன், பாரம்பரியமான பிரபுக்களின் குழுவினருடன் அரசாட்சியை ஏற்றான், அவனது சொந்தக் குடிமக்களின் அனுமதியோடும், அவர்களால் அன்பு செலுத்தப்பட்டவர்களான பிரபுக் களோடு, அவர்களுக்கென்று சிறப்புரிமைகள் வழங்கப்பட்டி ருந்தன, அரசன் தனக்கு ஆபத்து எதுவும் வரும் என்று நினைத்தால்கூட, அந்தப் பிரபுக்களிடமிருந்து நிர்வாகத்தை எடுத்துக் கொள்ள முடியாது. ஆகவே, இதில் துருக்கியைப் போன்ற நாடுகளைக் கைப்பற்றுவது சிரமம், ஆனால் அதைக் கைப்பற்றிவிட்டால், அதனைத் தக்கவைத்துக் கொள்வது மிகவும் சுலபம். அதனைக் கைப்பற்றுவதில் உள்ள சிரமங்கள் என்னவாக இருக்க முடியும், அதனைக் கைப்பற்றவிருக்கும் இளவரசனின் படையெடுப்பினால் அல்ல, அவரைச் சுற்றியிருக்கும் பிரபுக்கள் எதிர்ப்புத் தெரிவிக்காமல் இருக்க வேண்டும். அதாவது, அவரது அமைச்சர்கள் அவருக்கு அடிமைகளாகவும், அவருக்குக் கட்டுப்பட்டவர்களாகவும் இருக்கவேண்டும், அவர்களைச் சுலபமாகத் தனது வழிக்கு இழுக்க முடியாமை, அவர்களிடமிருந்து ஓரளவிற்குத்தான் சாதகமான ஆதரவைப் பெறமுடியும் என்பதாலும், அவரது விருப்பத்திற்கு மக்களை வழிநடத்திச் செல்ல முடியாது என்பதும் காரணங்களாக இருக்கும். ஆகவே, துருக்கியுடன்

போரிடுபவர்கள் தங்கள் மனதில் வைத்துக் கொள்ள வேண்டியது என்னவென்றால், அவர்கள் ஒற்றுமையுடன் இருக்கவேண்டும், தமது சொந்த வலிமையின் மீது நம்பிக்கை வைத்திருக்க வேண்டும், மற்றவர்களின் புரட்சியைப் பயன் படுத்துவதைவிட; ஆனால், துருக்கி வெற்றி கொள்ளப்பட்டு விட்டால், அங்கே தனது இராணுவத்தை நிலைநிறுத்த முடியாதபோது, அதற்காக அச்சப்படக்கூடாது, அந்த நாட்டின் இளவரசரின் குடும்பம் உட்பட அனைத்தும் நிர் மூலமாக்கப்பட்டதால் அச்சப்பட வேண்டியதில்லை, ஏனென்றால் அந்த இளவரசனைத் தவிர மற்றவர்கள் எவருக்கும் மக்களிடம் செல்வாக்கு இல்லை; வெற்றி பெறுவதற்கு முன், வெற்றி பெற்றவர் ஒருவரையும் நம்பி இருக்காததால், அவன் அச்சப்படவேண்டியதில்லை.

பிரான்ஸைப் போன்ற பேரரசுகளின் ஆட்சியில், இதற்கு எதிர்மறையாக நடக்கிறது, ஏனென்றால் அந்தப் பேரரசில் உள்ள பிரபுக்களைக் கைக்குள் போட்டுக் கொள் வதன் மூலம் எவரும் மிகச் சுலபமாக அங்கே நுழைந்துவிட முடியும், ஏனென்றால் வெற்றிகொள்ள நினைப்பவன், தான் வெற்றிகொள்ள வேண்டிய இடத்தில் உள்ள பலவீனங்களை எப்போதும் கண்டுகொள்கிறான், மேலும் அங்குள்ள மக்களிடையே உள்ள மாற்றத்திற்கான விருப்பத்தையும் கண்டுகொள்கிறான். அப்படிப்பட்டவர்கள், மேலே கொடுக் கப்பட்டுள்ள காரணங்களினால், அந்த நாட்டினுள் நுழை வதற்கான வழியைச் சுலபமாகத் திறக்க முடிகிறது, மிகச் சுலபமாக வெற்றி கொள்ளவும் முடிகிறது; ஆனால் அதன் பிறகு அதனைத் தக்கவைத்துக் கொள்ள விரும்பினால், உங்களுக்குத் துணை செய்தவர்களின் மூலமாகவும், நீங்கள் நிர்மூலமாக்கியவர்களின் மூலமாகவும், தாங்கமுடியாத துயரங்களைச் சந்திக்க வேண்டியிருக்கிறது. நீங்கள் அந்த நாட்டின் இளவரசனின் குடும்பத்தை அழிப்பது மட்டும் போதுமானது அல்ல, ஏனென்றால் அங்குள்ள பிரபுக்கள் ஒன்று சேர்ந்து ஒரு புதிய எதிர்ப்பு அலையை உங்களுக்கு எதிராகச் செயல்படுத்தமுடியும், அவர்களைத் திருப்திப் படுத்த உங்களால் முடியாது அல்லது அவர்களை அழித்து விடவும் முடியாது, இதுபோன்ற சந்தர்ப்பங்களில் அந்த நாடு உங்கள் கைகளை விட்டுச் சென்றுவிடுகிறது.

இப்போது, டாரியஸ்ஸின் பேரரசில் நிகழ்ந்தவை களைப் பற்றிப் பரிசீலிக்கும்போது, துருக்கிப் பேரரசில் நடந்ததைப் போன்றே இங்கும் நடந்ததைப் பார்க்கலாம்,

ஆகவே அலெக்ஸாண்டருக்குத் தேவையானது என்னவென்றால், முதலில் ஒரு அரசனைப் போரில் வெற்றி கொள்ள வேண்டும், பிறகு அவனிடமிருந்து நாட்டைப் பறித்துக் கொள்ள வேண்டும். வெற்றிக்குப் பிறகு, டாரியஸ் கொல்லப் பட்டதும், அந்த நாடு அலெக்ஸாண்டரின் கைகளில் வந்தது, மேலே சொன்ன காரணங்களினால். அவனுடைய வாரிசுகள் ஒற்றுமையுடன் இருந்திருந்தால், மிகவும் பாதுகாப்புடன் அந்த நாடுகளை அனுபவித்திருக்கலாம், ஏனென்றால் அங்கே பேரரசுக்கு எதிராக எந்தவிதப் போராட்டமும், குழப்பமும் ஏற்படவில்லை, ஒரு சில இடங்களில் நடந்த தூண்டு கோல்கள் தவிர.

ஆனால் பிரான்ஸைப் போன்று எந்தவித எதிர்ப்பும் இல்லாத அமைதியான ஒரு நாட்டைத் தக்கவைத்துக் கொள்வது முடியாத ஒன்றாகும். ஸ்பெயின், பிரான்ஸ், கிரீஸ் ஆகிய நாடுகளில் ரோமன்களுக்கு எதிராக அடிக்கடி நடந்த புரட்சிகளின் எழுச்சியினால், இந்த நாடு பல இளவரசர் களால் ஆளப்பட்டு, அவர்களைப் பற்றிய நினைவுகள் நிலைத் திருக்கும் வரை, ரோமன்கள் தங்களுக்குப் பாதுகாப்பில்லாத நிலையில்தான் இருந்தார்கள்; ஆனால் ரோமன்களின் மிகுந்த பலமும், நீண்ட கால ஆட்சியின் காரணமாகவும், அந்த மக்களின் பாரம்பரியமான நினைவுகள் அழிந்துவிட்டன, அதன் பிறகு ரோமன்கள் மிகவும் பாதுகாப்பான நிலையைத் தக்கவைத்துக் கொண்டனர். அதன்பிறகு அவர்களுக்குள் தகராறுகள் செய்துகொண்டபோது, அவர்கள் ஒவ்வொரு வரும் நாட்டின் ஒவ்வொரு பகுதிகளைத் தங்களுடன் இணைத்துக் கொண்டார்கள், முந்தைய இளவரசரின் குடும்பம் அழிக்கப்பட்டுவிட்ட பின்னர், ரோமன்களைத் தவிர வேறு எவரும் அங்கே அங்கீகரிக்கப்படவில்லை.

இவற்றைப் பற்றி நினைக்கும்போது அலெக்ஸாண்டர் எவ்வாறு ஆசியப் பேரரசைத் தக்கவைத்துக் கொண்டார் என்றும் ஃபைர்ரஸ் போன்ற ஏராளமான நாடுகளைக் கைப்பற்றியவர்கள் எப்படிப்பட்ட துன்பங்களை அனுபவித் தார்கள் என்றும் வியப்பதற்கு அங்கே ஒன்றுமேயில்லை; குறைவான தகுதியால் அல்லது மிக அதிகமான தகுதியினால் வெற்றி பெற்றனர் என்பதைப் பேசுவதற்கான தருணம் இது அல்ல, ஆனால் அந்த நாட்டின் மக்கள் ஒன்று சேர்ந்து விரும்பியதால்தான் நடந்தது.

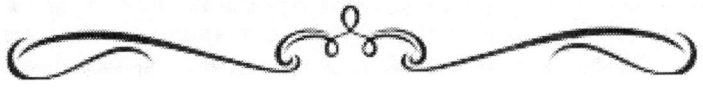

"உங்களுடைய வெளித் தோற்றத்தை மட்டுமே அனைவரும் பார்க்கின்றனர், ஆனால் உண்மையில் நீங்கள் யார் என்பதை ஒரு சிலர் மட்டுமே பார்க்கின்றனர்."

- நிகாலோ மேக்கியவல்லி

அத்தியாயம் - 5

இணைத்துக் கொள்ளப்படுவதற்கு முன் தங்களுக்கென்று சொந்த சட்டதிட்டங்களை வகுத்துக் கொண்டு வாழ்ந்த நகரங்கள் அல்லது இளவரசரால் ஆளப்பட்ட நாடுகளை ஆட்சி செய்வதற்கான வழிமுறைகளைப் பற்றி

மேலே குறிப்பிட்டுள்ளபடி, தங்களது சொந்த சட்ட திட்டங்களை வகுத்துக் கொண்டு வாழ்ந்தவை மற்றும் சுதந்திரமாக வாழ்ந்தவை இணைத்துக் கொள்ளப்படுமானால், அவற்றைத் தக்க வைத்துக் கொள்ள அவர்களுக்கு மூன்று வழிகள் இருக்கின்றன: முதலில் அவற்றை நிர்மூலமாக்க வேண்டும், அடுத்தது தானே அங்கு சென்று வாழ வேண்டும், மூன்றாவது அவர்கள் எப்போதும் போல் தங்களது சொந்த சட்டதிட்டங்களுடன் வாழ்வதற்கு அனுமதியளித்து, அவர்களிடமிருந்து கப்பம் வசூலிக்க வேண்டும், மேலும் ஒரு குழுவை நியமித்து, அவர்கள் தனக்கு மிகவும் சாதகமாக இருக்குமாறு செய்யவேண்டும். ஏனென்றால் இளவரசரால் உருவாக்கப்பட்ட அப்படி ஒரு அரசு, அவரது அன்பும் ஆதரவும் இன்றி நிலைநிறுத்தப்பட முடியாது என்று தெரியும், ஆகவே அவருக்கு முடிந்தவரை ஆதரவு கொடுத்துத் தான் ஆகவேண்டும்; இப்படிச் சுதந்திரமாக இருந்த நகரத்தைத் தக்கவைத்துக் கொள்ள, வேறு எந்த வழியைவிட, அங்குள்ள குடிமக்களையே பயன்படுத்திக் கொள்வது மிகவும் சுலபமானது.

இதற்கு உதாரணம், ஸ்பார்டன்களும், ரோமானியர்களும். ஸ்பார்டன்கள் ஒரு குழுவை நியமித்து ஏதென்ஸையும், தீபெஸ்ஸையும் தக்கவைத்திருந்தார்கள், இருந்தபோதிலும் அவர்கள் அந்த நாடுகளை இழந்தார்கள். ரோமானியர்கள் கபுவா, கார்த்தேஜ் மற்றும் நுமான்ஸியாவைத் தக்கவைத்துக் கொள்வதற்காக அவற்றைத் தனித்தனியாகப் பிரித்தார்கள், அவற்றை இழக்கவில்லை. அவர்கள் ஸ்பார்டன்களைப் போன்று கிரீஸை சுதந்திரமாக, அதனுடைய சொந்த சட்ட

திட்டங்களோடு, தக்கவைத்துக்கொள்ள விரும்பினார்கள், ஆனால் அதில் வெற்றி பெறவில்லை. ஆகவே அவற்றைத் தக்கவைத்துக் கொள்ள அந்த நாட்டிலிருக்கும் பல நகரங் களைத் தனித்தனியாகப் பிரித்தார்கள், உண்மையில் அவற்றை வேறுவழியின்றி அழிப்பதைவிட, இதுபோன்ற வழிகள் மிகவும் பாதுகாப்பானவை. ஆனால் சுதந்திரமாக இருக்கும் ஒரு நாட்டை வெற்றி கொண்டு, அதன் தலைவனாக ஆகிறவன், அந்த நாட்டை அழிக்கத் தவறினால், அந்த நாடு அவனை அழித்துவிடும். சுதந்திரம் தமது பிறப்புரிமை என்ற போராட்டம் துவங்கிவிட்டால், அவர்களின் பண்டைய பாரம்பரியத்தின் நினைவுகள் அவர்களின் எழுச்சிக்குக் காரணமாகிவிட்டால், காலம் அல்லது வழங்கப்படும் சலுகை கள் அவர்களைத் தடுக்காது, அவர்கள் தங்களது பாரம் பரியத்தை மறக்கவும் மாட்டார்கள். அதற்கு நீங்கள் அவர் களைப் பிரித்தாளுவதைத் தவிர அல்லது கலைக்கப்படு வதைத் தவிர வேறு என்ன செய்தாலும், எதைக் கொடுத் தாலும், அவர்கள் தங்கள் நாட்டையும், பண்பாட்டையும் மறக்கமாட்டார்கள், ஆனால் சந்தர்ப்பம் கிடைக்கும் போதெல்லாம் அவர்கள் எழுச்சி பெறுவதைத் தவிர்க்க முடியாது, ஃப்ளோரன்டைன்களால் அடிமையாக வைக்கப் பட்டிருந்த பிஸா, நூறு ஆண்டுகளுக்குப் பின் எழுச்சியுற்ற தைப் போல.

ஆனால், ஒரு இளவரசரின் கீழ் வாழ்வதற்குப் பழக்கப் பட்ட நகரங்களும் நாடுகளும், அந்த இளவரசன் அழிக்கப் பட்டால், அந்த மக்கள் ஒருவகையில் அதற்குப் பணிந்து செல்லப் பழகிக் கொள்கிறார்கள், மற்றொரு வகையில் தங்களது பழைய இளவரசன் இல்லாதபோது, அவர்களுக் குள்ளே ஒருவரைத் தேர்ந்தெடுத்துக் கொள்ள ஒத்துக் கொள் வதில்லை, அவர்கள் தங்களை எப்படி ஆட்சி செய்வது என்று தெரியாமல் இருக்கின்றனர். இந்தக் காரணத்தினால், அவர் கள் ஆயுதங்களை எடுத்துப் போரிடுவதற்குத் தயங்குகிறார் கள், ஆகவே ஒரு இளவரசன் மிகச் சுலபமாக அவர்களை வெற்றி கொள்ளலாம், அவர்களைத் தன் வழிக்குக் கொண்டு வருவது மிகச் சுலபம். ஆனால் குடியரசுகளைப் பொறுத்த வரையில், அங்கே உயிர்த்துடிப்பு அதிகம், வெறுப்புணர்வும் மிக அதிகம், மேலும் பலிவாங்கும் எண்ணமும் அதிகமாக இருக்கும், அது அவர்களின் சுதந்திரம் பறிபோவதை ஒரு போதும் அனுமதிக்காது; ஆகவே அவர்களை அழிப்பது ஒன்றுதான் மிகப் பாதுகாப்பான வழியாகும் அல்லது அங்கேயே சென்று வசிக்க வேண்டும்.

“ஒருவனை ஏமாற்றி வெற்றி கொள்ள முடியும் என்ற சூழ்நிலையில் உங்கள் வலிமையை ஏன் பயன்படுத்த வேண்டும்.”

- நிகாலோ மேக்கியவல்லி

அத்தியாயம் - 6

ஒரு இளவரசன் தனது சொந்த இராணுவத்தாலும், வலிமையாலும் பெறப்பட்ட புதிய நாடுகளைப் பற்றி

யாரும் வியப்படையத் தேவையில்லை, ஒரு இளவரசரால் வெற்றிகொள்ளப்பட்ட புதிய நாடுகளைப் பற்றி நான் பேசும்போது, இளவரசன் மற்றும் நாட்டைப் பற்றி மிகப் பெரிய உதாரணங்களைக் கொடுக்கப் போகிறேன்; ஏனென்றால் மனிதன், மற்றவர்களால் அமைக்கப்பட்ட பாதையில் தான் பெரும்பாலும் நடக்கின்றான், மற்றவர்களது செயல்களை அப்படியே பின்பற்றிக் கொண்டிருக்கிறான், இருந்த போதிலும் அவர்களது வழிமுறைகளை முழுவதுமாகப் பயன்படுத்துவதில்லை அல்லது யாரைப் பின்பற்றுகின்றானோ அவரைப் போன்றே ஆட்சியைப் பிடிக்கின்றான். ஒரு புத்திசாலி, மிகச் சிறந்த, வலிமையான தலைவர்கள் அமைத்துச் சென்ற பாதையைப் பின்பற்றுகின்றான், அப்படிப்பட்ட மிக உயர்ந்த மனிதர்களைப் பின்பற்றும் போது, அவன் தான் பின்பற்றுபவருக்குச் சமமான வலிமை, தகுதி இல்லாவிட்டாலும், ஓரளவிற்குத் தனது திறமையை வெளிக்காட்டுகின்றான் மிகவும் புத்திசாலியான ஒரு வில்லாளி தனது இலக்கு எவ்வளவு தூரத்தில் இருந்தாலும் அதனைச் சரியாக அம்பெய்து வீழ்த்துவதைப் போன்று, ஒரு இளவரசன் இருக்கவேண்டும், அத்துடன் தனது வில் மற்றும் அம்பின் செயல்திறனையும், எய்யப்படும் தூரத்தினையும் அறிந்து வைத்திருக்க வேண்டும், நம்முடைய இலக்கைவிட மிகப் பெரிய இலக்கைக் குறிவைப்பது, நம்முடைய வலிமையை அறிந்து கொள்வதற்காக அல்ல, ஆனால் நாம் அடைய வேண்டிய இலக்கைவிட மென்மேலும் இலக்குகளை அடையவேண்டும் என்பதற்காக.

ஆகவே, நான் கூறுவது என்னவென்றால், ஒரு இளவரச னால் புதிதாக இணைத்துக்கொள்ளப்பட்ட நாட்டில், புதிய இளவரசன் ஆட்சிப் பொறுப்பை ஏற்றுக் கொள்ளும்போது, அதனைத் தக்கவைத்துக் கொள்வதில் பல இன்னல்கள் ஏற்படுகின்றன, அதனைத் தக்கவைத்துக் கொள்வதில் பல இன்னல்கள் ஏற்படுகின்றன, அதனைக் கைப்பற்றிய இளவர சனின் தகுதி என்ன என்பதும் வெளிப்படுகிறது. உண்மையில் வேற்று நாட்டைச் சேர்ந்த ஒரு இளவரசன், ஒரு நாட்டைக் கைப்பற்றும்போது, தனது தகுதியையும், தனது அதிர்ஷ்டத் தையும் முன்னதாகவே ஆராயவேண்டும், இவற்றில் ஏதேனும் ஒன்று அவனது துன்பங்களைச் சிறிது குறைக்கக்கூடும். இருந்தபோதிலும், தனது அதிர்ஷ்டத்தின் மீது மிகுந்த நம்பிக்கை வைக்காமல் இருப்பவனே தனது வலிமையை நிலைநிறுத்துகிறான். மேலும் ஒரு இளவரசனுக்கு வேறு நாடு எதுவும் இல்லாதபோது, அவன் கைப்பற்றிய நாட்டில் கட்டாயமாகத் தங்குவது பல விஷயங்களை எளிதாக்குகிறது.

அதிர்ஷ்டத்தை நம்பிக் கொண்டிராமல், தனது சொந்த வலிமையை நம்பி, இளவரசராக உயர்ந்தவர்களில் மோசஸ், சைரஸ், ரோமுலஸ், தீசியஸ் மற்றும் அவர்களைப் போன்றவர் கள் மிகச் சிறந்த உதாரணங்களாகும். மோசஸைப் பற்றிக் கூறும்போது, அவர் இறைவனின் எண்ணங்களைச் செயல் படுத்தியவர் மட்டுமே என்று கூறினாலும், அவர் பாராட் டப்பட வேண்டியவரே, அவரது அந்த ஈடுபாடுதான் அவரை இறைவனுக்கு நிகராகப் பேசப்பட வைத்தது. ஆனால் புதிய பேரரசுகளை உருவாக்கிய சைரஸ் போன்றவர்களைப் பொருத்தவரை, அனைவருமே பாராட்டத் தக்கவர்கள் தான்; அவர்களுடைய தனிப்பட்ட செயல்களையும் நடத்தை களையும் பொருத்தவரை, மோசஸ் மிகச் சிறந்த ஆசானாக இருந்த போதிலும், அவர்கள் மோசஸின் திறமைக்கு எந்தவிதத்திலும் குறைந்தவர்கள் அல்ல, அவர்களுடைய செயல்கள் மற்றும் வாழ்க்கை முறையைப் பரிசீலிக்கும் போது, அவர்கள் தங்களுக்குக் கிடைத்த சந்தர்ப்பங்களைப் பயன்படுத்திக் கொண்டார்கள், அவர் அவர்கள் இதனால் மிகப்பெரும் பலனைச் சம்பாதித்துக் கொண்டதாக எவரும் பார்த்திருக்க முடியாது, அதுதான் அவர்களை மிகச் சிறந்த நிலையை அடைவதற்கு உதவியது. அதுபோன்ற சந்தர்ப்பங் கள் இல்லாவிட்டால் அவர்களது புத்தி கூர்மையின் வலிமை அங்கே அழிந்து போயிருக்கும், அவர்களது புத்தி கூர்மையின் வலிமை இல்லாவிட்டால் அந்தச் சந்தர்ப்பங்கள் வீணாக ஆகியிருக்கும்.

ஆகவே, மோசஸ், இஸ்ரேல் நாட்டு மக்கள் எகிப்தில் அடிமைகளாகத் துன்புறுத்தப்பட்டுக் கிடப்பதைப் பார்க்க நேர்ந்தது, அவர்கள் மோசஸின் வழிகளைப் பின்பற்ற வேண்டுமென்பதற்காக அந்த அடிமைத்தனத்திலிருந்து விடுவிக்கப் பட்டனர், அது மோசஸின் தேவையாக இருந்தது. மோசஸ் சந்தர்ப்பத்தைப் பயன்படுத்திக் கொண்டார். ரோமுலஸ் பிறக்கும்போதே பெற்றோர்களால் கைவிடப் பட்டதால், அவர் தனது தந்தை நாடான ரோமன் பேரரசை உருவாக்கினார். மிகவும் அமைதியான, பெண் தன்மைமிக்க மிடாஸின் அரசின் மீது பெர்ஸியர்கள் கொண்டிருந்த அதிருப்தி சைரஸுக்குத் தேவையாக இருந்தது, ஏதியன்ஸ் சிதறடிக்கப்படாமல் இருந்திருந்தால் தீசியஸின் திறமை வெளிப்பட்டிருக்காது. இதுபோன்ற சந்தர்ப்பங்கள் இவர்களை அதிர்ஷ்டசாலியாக்கியது, அவர்களது மிகச் சிறந்த திறமைகள் தான் இந்தச் சந்தர்ப்பங்களை அடையாளம் காண வைத்ததுடன், அவர்களது நாடுகளைச் சுபிட்சமாக்கி, அவர்களைப் புகழ் பெறவும் வைத்தது.

தனது வீரத்தினால் இளவசரனாக உருவானவர்கள், ஒரு நாட்டைப் பிடிப்பதற்குப் பல துன்பங்களை அனுபவிக்கிறார்கள்; ஆனால் மிகச் சுலபமாக அதனைத் தக்கவைத்துக் கொள்கிறார்கள். ஆனால், நாட்டின் பாதுகாப்பிற்காகப் பல புதிய சட்ட திட்டங்களையும், வழிமுறைகளையும் ஏற்படுத்தும் போதுதான் பல துன்பங்கள் எழுகின்றன. ஆனால் கைப் பற்றுவது என்பது மிகப் பெரும் துன்பமான ஒன்றல்ல என்பதை நினைவில் கொள்ள வேண்டும், அதை வழி நடத்துவது தான் ஆபத்தான விஷயம், ஏனென்றால் முந்தைய அரசிடம் நல்ல பெயர் வாங்கியவர்கள், புதிய தலைமைக்கு எதிரிகளாகத் தோன்றுவர், அதிகம் ஆர்வமின்றி எதிர்த்தவர்கள், அமைதியாகப் புதிய தலைமையின் கீழ் நன்றாகச் செயல்படுவார்கள், சட்டத்தைத் தம் கையில் வைத்திருந்து செயல்படுத்தியவர்கள், பெரும்பாலும் மனிதர்களை நம்பாதவர்கள், புதியவற்றை நன்கு பழகும் வரை நம்பாதவர்கள் ஆகியோரிடம் இந்த அமைதி இருக்கும். பகைமை உணர்வு எப்போதும் இவர்களிடம் இருக்கும், சந்தர்ப்பம் கிடைக்கும் போது, பிரிவினை வாதத்தை முன்வைத்துத் தாக்குதல் நடத்துவார்கள், மற்றவர்கள் இதில் அக்கறை காட்டாதபோது, இளவரசனும் அவர்களோடு சேர்ந்து ஆபத்துக்குள்ளாகிறான்.

இந்த விஷயத்தைப் பற்றி நாம் முழுமையாக விவாதிக்க வேண்டுமென்றால், ஒரு சில விஷயங்களைச் சிந்திக்க

வேண்டும். புதிய தலைமைக்கு எதிராகத் தூண்டுபவர்கள் தங்களை மட்டும் நம்பி இறங்கவேண்டுமா அல்லது மற்றவர்களின் ஆதரவைப் பெற வேண்டுமா: அவர்கள் தங்களது முயற்சியை முழுவதுமாகச் செய்து முடிக்க இறைவனை வேண்டிக் கொண்டு அமைதியாகப் போரிட வேண்டுமா அல்லது வன்முறையைப் பயன்படுத்த வேண்டுமா? முதல் விஷயத்தில் அவர்கள் எப்போதும் மோசமாகத் தோல்வி யடைகிறார்கள்; ஆனால் அவர்கள் தங்களது பலத்தை நம்பி, வன்முறையைப் பயன்படுத்தும் போது அவர்களுக்கு அபாயம் குறைகிறது. ஆகவே ஆயுதங்கள் வெற்றி கொள்கின்றன, ஆயுதமற்றவர்கள் அழிக்கப்படுகின்றனர். மக்கள் இயற்கை யாகவே வெவ்வேறு குணங்களைக் கொண்டிருக்கிறார்கள், ஆகவே, மேலே குறிப்பிட்டுள்ள காரணங்களோடு அவர்களை இணங்க வைப்பது சுலபம், ஆனால் அந்த இணக்கத்துடன் நீண்ட காலம் வைத்திருப்பது மிகவும் சிரமம். அவர்கள் நம்பிக்கை இழக்கும்போது, அவர்களை அடக்குமுறை யினால் நம்பிக்கை கொள்ள வைக்க வேண்டும்.

மோசஸ், சைரஸ், தீசியஸ் மற்றும் ரோமுலஸ் ஆகி யோர் ஆயுதங்களை எடுக்கவில்லையென்றால், அவர்கள் நீண்ட நாட்களுக்குத் தங்கள் ஆட்சியைத் தக்கவைத்துக் கொண்டிருக்க முடியாது. ஃப்ரா கிரோலாமோ சவோன ரோலாவின் காலத்தில் அது நடந்தேறியது, அவனுடைய புதிய கட்டுப்பாடுகளை அந்தப் பெருங்கூட்டம் நம்பவில்லை, அவன் அழிக்கப்பட்டான், அவனை நம்பியவர்களைத் தக்க வைத்துக் கொள்ள முடியவில்லை, அவனை நம்பாதவர்களை நம்பவைக்க முடியவில்லை. ஆகவே, இப்படிப்பட்டவர்கள் தங்களது அரசைத் தக்கவைத்துக் கொள்வதில் பல இன்னல் களை அனுபவிக்கின்றார்கள், அவர்களுக்கு வரும் ஆபத்துக் கள் அதிகரித்துக் கொண்டுதான் செல்கின்றன, இருப்பினும் தங்களது திறமையால் அவற்றைச் சரிசெய்து கொள்கிறார் கள்; அவை சரி செய்யப்பட்டபோது, அவர்களைக் கண்டு பொறாமைப்பட்டவர்களை அவர்களுடைய வெற்றியானது வாயடைக்கச் செய்து விடுகிறது, அவர்களும் மரியாதை செலுத்தத் துவங்கிவிடுகின்றனர், அதன் பிறகு அவர்கள் தங்களது வலிமையை அங்கே நிலைநாட்டுகிறார்கள், பாது காப்புடன் இருக்கின்றனர், மகிழ்ச்சியாகவும் இருக்கின்றனர்.

இதுபோன்ற மிகச் சிறந்த உதாரணங்களோடு, ஒரு சிறிய உதாரணம் ஒன்றை நான் சேர்க்கவிரும்புகிறேன்;

அதனுடைய தன்மையின் காரணம் அதனை நான் விரும்பு வதற்குப் போதுமானதாக இருக்கிறது: அது சைராக்யூஸைச் சேர்ந்த ஹியரோ, இவன் ஒரு தனி ஆளாக இருந்து சைராக் யூஸின் இளவரசனாக உயர்ந்தான், அவனுக்கு அதிர்ஷ்டம் எதுவும் கைகொடுக்கவில்லை, ஆனால் சந்தர்ப்பம் கை கொடுத்தது; ஏனென்றால் சைராக்யூஸன்கள் நசுக்கப்பட்டுக் கொண்டிருந்தபோது, அவர்கள் அவனைத் தங்களது தலைவனாகத் தேர்ந்தெடுத்தார்கள், வெற்றி பெற்றபின் அதற்குப் பரிசாக அவனை இளவரசராக்கினர். அவனிடம் திறமை மிகுந்து இருந்தது, ஒரு சாதாரணமான குடிமகனாக இருந்தபோதிலும், அவனைப் பற்றி எழுதுபவர்கள், அவனுக்கு வேறு எதுவும் தேவையிருக்கவில்லை, ஆனால் அரசனாக இருப்பதற்கு ஒரு பேரரசு மட்டும் போதும் என்று விரும்பிய தாகத்தான் கூறுவார்கள். அவன் பழைய இராணுவத்தைக் கலைத்துவிட்டுப் புதிதாக அமைத்துக் கொண்டான், முந்தைய கூட்டாளிகளை வெளியேற்றிவிட்டுப் புதிதாக சேர்த்துக் கொண்டான்; இப்படி ஒரு வலுவான அடித்தளத்தை ஏற் படுத்திக் கொண்டதால், அவனால் ஒரு புதிய ராஜ்ஜியத்தை உருவாக்க முடிந்தது; அதனைக் கைப்பற்றுவதற்குப் பல இன்னல்களைச் சந்தித்த அவன், அதனைச் சுலபமாகத் தக்கவைத்துக் கொண்டான்.

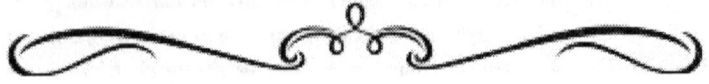

> “ஒருவனை நீங்கள் இலேசாகக் காயப்படுத்தினால், அவனுக்கு உங்களைப் பழிவாங்கும் எண்ணம் வந்து விடும், ஆகவே அவனுக்குப் பழிவாங்கும் எண்ணம் வராதபடி காயப்படுத்த வேண்டும்.”
>
> **- நிகாலோ மேக்கியவல்லி**

அத்தியாயம் - 7

பிறரது ஆயுத பலத்தால் பெறப்பட்ட அல்லது அதிர்ஷ்டத்தால் பெறப்பட்ட புதிய நாட்டைப் பற்றி

ஒரு சாதாரணக் குடிமகனாக இருந்து அதிர்ஷ்டத்தின் காரணமாக ஒரு நாட்டைக் கைப்பற்றி இளவரசனாக உயர் வதற்கு மிகுந்த சிரமங்கள் படவேண்டியதில்லை, ஆனால் அதனைத் தக்க வைத்துக் கொள்வதற்கு மிகுந்த சிரமங்கள் படவேண்டும்; அவர்கள் தங்கள் இலக்கை அடைவதற்கான வழியில் சிரமங்கள் இருக்காது, ஏனென்றால் அதிர்ஷ்டம் அவர்களை உயரே செல்வதற்கு வழி வகுக்கும், ஆனால் அவர்கள் உச்சியை அடைந்த பின் பல இன்னல்களைச் சந்திக்க வேண்டியிருக்கும். சில சமயங்களில் இப்படியும் நடந்து விடுகிறது, அதாவது ஒரு நாடு பணம் செலவழித்தும் பெறப்படுகிறது, அல்லது ஒருவனின் மீது கொண்ட நம்பிக்கையால் பரிசாகவும் வழங்கப்படுகிறது; கிரீஸில் இது போன்ற நிகழ்வுகள் நடந்துள்ளன, இயோனியா மற்றும் ஹெல்லஸ்போன்ட் போன்ற நகரங்களில் டாரியஸால், இளவரசர்கள் உருவாக்கப்பட்டனர், அவனுடைய பாதுகாப்பிற் காகவும், அவனுடைய நற்பெயரைப் பரப்புவதற்காகவும்; சில சமயங்களில் நாட்டின் இராணுவத்தில் ஏற்பட்ட குழப்பங்கள் மற்றும் சீர்கேடுகள் காரணமாகச் சாதாரணக் குடிமகனாக இருந்தவர் பேரரசராக ஆவதும் நிகழ்ந்திருக்கிறது. அவர் களின் நற்பெயரும், அவர்களது அதிர்ஷ்டமும் அவர்களை அந்த நிலைக்கு உயர்த்தியது - இந்த இரண்டும் நிலையற்றவை, அடிக்கடி மாறக்கூடியவை. அவர்கள் அந்த நிலையை அடைவதற்குப் பெரிதும் புத்தி கூர்மை தேவையில்லை; அவர்கள் மிகுந்த திறமையுடையவர்களாக அல்லது தகுதி

யுடையவர்களாக இல்லாவிட்டாலும், சாதாரணக் குடிமகனாக வாழ்ந்த அவர்களிடம் ஒரு நாட்டை நிர்வகிக்கும் அதிகாரத் தன்மையை எதிர்பார்ப்பது சரியானதல்ல; அது மட்டுமன்றி, அவர்களுக்கு மிகவும் நம்பிக்கையாகவும், நட்புடனும் இருக்கக்கூடிய இராணுவம் எதுவும் இல்லாததால் அந்த நாட்டைத் தக்கவைத்துக் கொள்வது முடியாத ஒன்றாகிவிடும்.

எதிர்பாரதவிதமாகப் புதிதாக உருவாகும் நாடுகள், இயற்கையில் உருவாகும் அனைத்தையும் போல, விரைவாகவே வளர்கிறது, ஆனால் உடனடியாகப் பிறநாடுகளுடன் நல்லுறவை ஏற்படுத்திக் கொள்ள முடியாது; ஏற்கனவே கூறியது போல், எதிர்பாராதவிதமாக இளவரசராக ஆகியவர்கள், மிகத் திறமையுடையவர்களாகவும், அதிர்ஷ்டம் அவர்களது மடியில் எறிந்ததைத் தக்கவைத்துக் கொள்ள எப்போதும் தயாராக இருக்கவேண்டும், மற்றவர்கள் இளவரசராக ஆவதற்கு முன் ஏற்படுத்திக் கொண்ட நல்லிணக்கத்தை, இவர்கள் இளவரசராக ஆன பின்னர் ஏற்படுத்திக் கொள்ள வேண்டும்.

இது போன்று தகுதியினால் அல்லது அதிர்ஷ்டத்தால் இளவரசராக உயர்ந்ததற்கான வழிகளைப் பற்றிப் பேசும் போது, நான் எனது நினைவிலிருந்து இரு உதாரணங்களைக் கூற விரும்புகிறேன், அவர்கள் ஃபிரான்ஸிஸ்கோ, ஸ்ஃபோர்ஜா மற்றும் சிசரே போர்கியா. ஃபிரான்ஸிஸ்கோ சாதாரணக் குடிமகனாக இருந்தபோதிலும், சரியான வழியில், மிகத் திறமையுடன், மிலனின் குடிமகனாக உயர்ந்தான், அதனை அடைந்தபின், அவனுடைய ஆயிரம் கனவுகளை மிகச் சுலபமாக அவனால் நிறைவேற்ற முடிந்தது. சிசரோ போர்கியா, வாலெண்டினோ கோமகன் என்று மக்களால் அழைக்கப்பட்டவன், அவனுடைய தந்தை பதவியிலிருந்து இறங்கியதும், அவன் பதவிக்கு வந்தான், அவன் தன்னால் இயன்ற நடவடிக்கைகளை எடுத்தபோதும், நாட்டை அழிவிலிருந்து காப்பாற்ற இயலவில்லை, நாட்டை இழந்தான், அந்த நாட்டைத் தக்கவைத்துக் கொள்ளப் பிறர் தங்களது இராணுவத்தைக் கொடுத்துதவிய போதும் அதனைத் தக்கவைத்துக் கொள்ள முடியவில்லை.

ஏனென்றால், ஏற்கனவே கூறப்பட்டதுபோல், ஒருவன் தனது நாட்டில் தனது அடித்தளத்தை முதலில் பலப்படுத்திக் கொள்ளாவிட்டால், பின்னர் அதனை ஏற்படுத்திக் கொள்ள மிகவும் சிரமப்படவேண்டியிருக்கும், அது அந்த நாட்டை உருவாக்குபவருக்கும் பல தொல்லைகளைக் கொடுக்கும்,

நாட்டிற்கும் ஆபத்து. அந்தக் கோமகன் எடுத்த நடவடிக் கைகளைப் பார்க்கப் புகுந்தால், அவன் வலிமையான எதிர் காலத்தை ஏற்படுத்திக் கொள்ள மிகச் சரியான அடித் தளத்தை அமைத்திருப்பதைக் காணலாம், ஆனால் அவற்றை நான் மிகைப்படுத்த எண்ணி இங்கு விவாதம் செய்யவில்லை, ஏனென்றால் ஒரு புதிய இளவரசனின் இந்தச் செயல்களை உதாரணம் காட்டுவதைவிட அவனுக்கு மிகச் சிறந்த நல்ல பெயரை உருவாக்கிக் கொடுக்கமுடியுமா என்று தெரிய வில்லை; அவனிடம் இருக்கும் இயற்கைப் பண்புகள் பயன் படுத்தப்படாவிட்டால், அது அவனுடைய தவறல்ல, ஆனால், அவனது அசாதாரணமான, மிதமிஞ்சிய அதிர்ஷ்டத்தைக் குறைகூறுவதாகும்.

ஆறாம் அலெக்ஸாண்டர், டியூக்கை வலிமை மிகுந்த வனாக்க விரும்பியதால், உடனடியாகவும், எதிர்காலத்திலும் மிகுந்த தொல்லைகளைச் சந்தித்தான். முதலில் சர்ச்சின் பிடியில் இல்லாத ஒரு நாட்டிற்கு அவனைத் தலைவனாக்க வேண்டும் என்று அதற்கான வழிகளை அலெக்ஸாண்டர் பார்க்கவில்லை; அவன் சர்ச்சைத் தனது பிடிக்குள் கொண்டு வர விரும்பினால், மிலனின் கோமகனும், வெனிஷியர்களும் அதற்கு ஒத்துக் கொள்ளமாட்டார்கள் என்று அவனுக்குத் தெரியும், ஏனென்றால் ஃபாயென்ஜா மற்றும் ரிமினி ஆகியவை ஏற்கனவே வெனிஷியர்களின் பிடியில் இருந்தன. குறிப்பாக அவனுக்கு உதவும் என்று எதிர்பார்த்த இத்தாலி யின் கைகள் எதிரணியில் செயல்பட்டுக் கொண்டிருந்ததைக் கண்டான், போப்பின் வலிமையைப் பின்னணியில் வைத்துக் கொண்டு அச்சப்படுத்துபவர்கள் ஆர்ஸினி மற்றும் கோலோனோ மற்றும் அவர்களைப் பின்பற்றுபவர்கள். இவர்களுக் கிடையே குழப்பங்களை ஏற்படுத்தி ஆட்சியைப் பிடிப்பது அப்போது அவசியமானதாக இருந்தது, நாட்டையும் தக்க வைத்துக் கொள்ளவேண்டியிருந்தது. அது அவனுக்குச் சுலபமானதாக இருந்தது, ஏனென்றால் வெனிஷியர்கள் ஒரு சில காரணங்களால் ஃபிரான்ஸை இத்தாலிக்குள் கொண்டு வரச் சம்மதித்தார்கள்; ஆகவே, அரசர் வெனிஷியர்களின் உதவியுடன், அலெக்ஸாண்டரின் ஒப்புதலுடன் இத்தாலிக் குள் வந்தார். அவர் மிலனுக்கு வந்தவுடனே, டியூக், போப்புக்கு முன்னதாகவே ரோமக்னாவின் மீது போர் தொடுப்பதற்காக, அவரிடமிருந்து இராணுவத்தைப் பெற்றார், அதன் காரண மாக அரசரிடம் அவருக்கு மிகுந்த மரியாதை கிடைத்தது. ஆகவே டியூக், ரோமக்னாவைப் பிடித்தபின், கோலோன் னாவையும் வெற்றி கொண்டான், அவற்றைத் தக்கவைத்துக்

கொண்டு, மேலும் முன்னேறிச் செல்ல விரும்பினான், ஆனால் அது இரு விஷயங்களில் தடைபட்டது: அவனுடைய இராணுவத்தினர் அவனுக்கு நம்பிக்கையானவர்களாக நடந்து கொள்ளவில்லை, மற்றொன்று இத்தாலியின் நல்லெண்ணம்; அவன் அச்சப்பட்டது எதற்கென்று கூறவேண்டுமென்றால், ஆர்ஸினியின் இராணுவம், அந்த இராணுவம் அவனுக்கு முன் நிற்க முடியாது என்றாலும், அவன் மேலும் வெற்றிகளை அடையத் தடையாக இருப்பார்கள் என்பது மட்டுமன்றி அவன் ஏற்கனவே பிடித்த நாடுகளை ஆக்ரமித்துக் கொள்வார்கள், அதற்கு அரசனும் ஆதரவு கொடுக்கக்கூடும் என்று நினைத்தான். ஃபாயென்ஜாவை வெற்றி கொண்டபின், போலோக்னாவைத் தாக்கும்போது, ஆர்ஸினியைப் பற்றிய ஒரு எச்சரிக்கைச் செய்தி கிடைத்தது, அதாவது இந்தத் தாக்குதலில் அவர்களுக்கு விருப்பமேயில்லை என்று தெரிந்தது. கோமகனின் ஆட்சிப் பகுதியான அர்பினோவை வெற்றி கொண்டபின், அரசரது மனதை அறிந்து கொண்டான், அதனை அவன் எடுத்துக் கொண்டதற்கு அரசர் தடை விதித்ததை அறிந்தான்; ஆகவே, இனி ஒருபோதும் பிறரது இராணுவம் மற்றும் அதிர்ஷ்டத்தை நம்பக்கூடாது என்று முடிவு செய்தான்.

முதலில் ஆர்ஸினி மற்றும் ரோமில் உள்ள கோலோன்னாவின் ஆதரவாளர்களைப் பலமிழக்கச் செய்தான், அவர்களது ஆதரவாளர்களான மதிப்புமிகு பிரபுக்களின் நல்லெண்ணங்களைப் பெற்று, அவர்களைத் தன் வசமாக்கிக் கொண்டான், அவர்களுடைய தரத்திற்குத் தக்கவாறு நல்ல ஊதியமும் வழங்கினான், அவர்களுக்கு நல்ல அலுவலகங்களை ஏற்படுத்திக் கொடுத்து, மரியாதை செய்தான், அவர்களிடையே இந்த பிளவுகள் நீக்கப்பட்டு, அவர்கள் அனைவரும் டியூக்கிற்கு ஆதரவாகத் திரும்பச் செய்தான். இதன் பிறகு ஆர்ஸினியை நசுக்குவதற்கு நல்ல சந்தர்ப்பத்திற்காகக் காத்திருந்தான், கோலோன்னாவின் ஆதரவாளர்களைச் சிதறடித்த பிறகு அந்தச் சந்தர்ப்பம் விரைவில் வந்தது, அதனைச் சரியாகப் பயன்படுத்திக் கொண்டான்; டியூக் தனது வலிமையைப் பலப்படுத்திக் கொண்டதை அறிந்த ஆர்ஸினியர்கள், அது தங்களது அழிவிற்கு வழிவகுக்கும் என்று பெரூஜியாவின் ஒரு பகுதியான மாகியோனில் ஒரு கூட்டத்தைக் கூட்டினர். இதிலிருந்து அர்பினோவில் புரட்சி வெடித்தது, ரோமக்னாவில் பெரும் குழப்பமும் ஏற்பட்டது, டியூக்கிற்கு எல்லையற்ற தொல்லைகளைக் கொடுத்தனர், இவை அனைத்தையும் பிரான்ஸின் உதவியுடன் டியூக் வெற்றி கொண்டான். தனது அதிகாரத்தை நிலைநிறுத்திய பின்,

பிரெஞ்சு மற்றும் பிற இராணுவத்தை நம்பி எதையும் செய்யக்கூடாது என்று முடிவிற்கு வந்தான், இனி தனது சொந்த தந்திரத்தைப் பயன்படுத்த முடிவு செய்தான், அவன்தான் நினைப்பது வெளியில் தெரியாதவாறு எப்படி மறைத்துக் கொள்வது என்று தெரிந்து கொண்டான். அனைத்து தந்திரங்களையும் பயன்படுத்தி திருவாளர் பவுலோ (அர்ஸினி)வின் கவனத்தை ஈர்த்து, அவருக்குத் தகுந்த ஊதியத்தைக் கொடுத்து, தேவையான உடைகள், குதிரைகளையும் கொடுத்து, அவரைத் தன் பக்கம் ஈர்த்துக் கொண்டான், அவரை நடுவராகப் பயன்படுத்திக் கொண்டான் - ஆர்ஸினீயுடன் நல்லுறவு ஏற்படுத்தப்பட்டது, இதனால் சினிகாக்லியா அவனது ஆட்சியினுள் சேர்க்கப்பட்டது முக்கியமான தலைவர்களை நீக்கியபின், அவர்களுடன் நல்லுறவு வைத்திருந்தவர்களைத் தனது நண்பர்களாக ஆக்கிக் கொண்டான், இதன் மூலம் டியூக் தனது ஆட்சி யினைத் தக்க வைத்துக் கொள்ள மிகவும் பலமான அடித் தளத்தை ஏற்படுத்திக் கொண்டான், ரோமக்னா முழுவதை யும் மற்றும் அர்பினோவின் ஆட்சிப் பகுதிகளையும் பெற்றுக் கொண்டான்; அவனது ஆட்சியில் தங்களது எதிர்காலம் சிறப்பாக இருக்கும் என்று மக்கள் பாராட்டத் துவங்கினர், அந்த அளவிற்கு அவர்களை டியூக் தன் வசம் ஈர்த்துக் கொண்டான். இது குறிப்பிடவேண்டிய ஒரு விஷயமாகும், ஆகவே இதனைக் குறிப்பிடாமல் விட்டுவிட நான் விரும்ப வில்லை.

டியூக், ரோமக்னாவை ஆக்ரமித்தபோது, அது மிகவும் பலகீனமான ஆட்சியாளர்களிடம் இருந்ததைக் கண்டான், அவர்கள் மக்களை ஆட்சி செய்ததைவிட அவர்களைச் சுரண்டுவதைத் தான் செய்து கொண்டிருந்தார்கள், மக்களுக் குள் பிரிவினையை ஏற்படுத்தக் காரணமாக இருந்தார்கள், நாடு முழுவதும் கொள்ளையடித்தல், சண்டை சச்சரவுகள் மற்றம் அனைத்துவிதமான வன்முறைகளும் நிறைந்திருந்தன; ஆகவே அங்கே அமைதியை மீட்கவும், நிர்வாகத்திற்குப் பணியவும், ஒரு நல்ல கவர்னர் அவசியமென்று தீர்மானித்தான். அதன்படி, மிகவும் வேகமான, கொடூரமான ரமீரோ டி ஆர்கோ (டெ லார்குவா)விற்குப் பதவி உயர்வு கொடுத்தான், முழு அதிகாரத்தையும் அவரிடம் வழங்கினான். அவர் மிக விரைவில் வெற்றிகரமாக, அமைதியையும், ஒற்றுமையையும் ஏற்படுத்தினார். அதன் பிறகு, இதுபோன்று முழு அதிகாரத் தையும் அவரிடம் கொடுப்பது நல்லதல்ல என்றும், இதனால் அவர் மிகவும் வெறுக்கத்தக்க மனிதராக மாறிவிடுவார் என்பதில் எந்தச் சந்தேகமும் இல்லை என்றும் டியூக் உணர்ந்தான், ஆகவே, ஒரு திறமையான பிரசிடெண்ட்டின்

கீழ் நாட்டில் நீதியை நிலைநிறுத்த ஒரு நீதிமன்றத்தை நிறுவினான், அதன்படி அனைத்து நகரங்களிலும் மக்களுக் காக வக்கீல்களும் நியமிக்கப்பட்டனர். ஏனென்றால் கடந்த கால நிகழ்வுகள் அவனுக்குள் மிகவும் வெறுப்புணர்ச்சியை உருவாக்கியிருந்தது, ஆகவே மக்களின் மனதில் தன் மீது ஒரு நல்ல அபிப்பிராயம் உருவாக வேண்டுமென்றும், அவர்கள் தன் மீது முழுவதுமாக நம்பிக்கையும், நல்லெண்ணமும் வைக்கவேண்டுமென்றும், மக்களுக்கு ஏதேனும் கொடுமை கள் நடந்தால், அது தன்னால் அல்ல, அதற்கு அமைச்சர்களே பொறுப்பாவார்கள் என்றும் அவன் காட்டுவதற்கு விரும் பினான். இதற்காக ரமீரோவைப் பலிகடாவாக்க நினைத் தான், ஒருநாள் காலையில் செஸனாவில் உள்ள பியஜ்ஜாவில் ரமீரோ படுகொலை செய்யப்பட்டுக் கிடந்தான். இந்தக் கொடூரமான காட்சி மக்களின் மனதில் உடனடியாக ஒரு திருப்தியையும், குழப்பத்தையும் ஏற்படுத்தியது.

நாம் மீண்டும் துவங்கிய இடத்திற்கே செல்வோம். நான் கூறுவது என்னவென்றால், டியூக் இப்போது போதுமான வலிமையைப் பெற்றுக் கொண்டான், மேலும் அவனது வழியில், அவனது இராணுவத்தைப் பலப்படுத்தி, வரக்கூடிய ஆபத்துக்களிலிருந்து ஓரளவிற்குப் பாதுகாப்பைத் தேடிக் கொண்டான், அவன் தனது வெற்றிகள் தொடர வேண்டு மென்றால், தன் கண்முன்னே இருக்கும் தடைகள், தன்னை எந்தவிதத்திலும் பாதித்துவிடக்கூடாது என்று நசுக்கினான், அடுத்தது பிரான்ஸைப் பரிசீலித்தான், ஏனென்றால் பிரான் ஸின் அரசன், தான் செய்த தவறைத் தாமதமாகப் புரிந்து கொண்டிருப்பான், ஆகவே தனக்கு ஆதரவு அளிக்கமாட்டான் என்று அவனுக்குத் தெரியும். இப்போது அவன் தனக்கு உதவக் கூடிய புதியதொரு கூட்டாளியைத் தேடத் துவங் கினான், கயிடாவை முற்றுகையிட்டிருந்த ஸ்பானியர்களுக்கு எதிராக நேபிள்ஸ் பேரரசை நோக்கிப் படையெடுத்துச் சென்று கொண்டிருந்த பிரான்ஸுடன் சமரசமாகவும் செல்ல வேண்டியிருந்தது. இதன் நோக்கமே, தன்னை அனைத்து வழிகளிலும் பாதுகாத்துக் கொள்ள வேண்டு மென்பதுதான், அலெக்ஸாண்டர் உயிருடன் இருந்திருந் தால், அவன் விரைவாக இதனைச் செய்து முடித்திருப்பான்.

இவைகள் தான் இன்றைய சூழ்நிலையில் அவனது தொடர் நடவடிக்கைகளாகும். ஆனால், எதிர்காலத்தைப் பொருத்தவரை அவன் அச்சப்பட்டுத்தான் ஆக வேண்டும், முதலில் சர்ச்சுக்கு வரும் புதிய நிர்வாகிகள் அவனுடன் இணக்கமாக இருப்பார்கள் என்று கூறமுடியாது. மேலும்,

அலெக்ஸாண்டர் அவனுக்கு அளித்தவற்றையெல்லாம் திரும்பப் பெற அவர்கள் முயற்சி செய்யக்கூடும், ஆகவே அவன் நான்கு வழிகளில் செயல்பட முடிவு செய்தான். முதலாவதாக, எந்தெந்தப் பிரபுக்களை அவன் பதவி நீக்கம் செய்தானோ, அவர்களையும், அவர்களது குடும்பத்தினரையும் முழுவதுமாக அழித்தான், இரண்டாவது ரோமில் உள்ள அனைத்து ஜென்டில்மேன்களையும் தன் வசப்படுத்தினான், அவர்களின் உதவியுடன் போப்புக்குக் கடிவாளம் போடுவதற்காக, மூன்றாவது, தனக்குத் சாதகமாகச் செயல்படும் அரசியல் குழுக்களை அதிகப்படுத்தினான். நான்காவதாக, முதலில் அவன் செயல்படுத்திய அதிர்ச்சியான செயலுக்கு எதிர்ப்பு எதுவும் வராமலிருக்கப் போப்பைவிட மிக அதிகமான அதிகாரத்தை ஏற்படுத்திக்கொண்டான். இந்த நான்கு விஷயங்களில், அலெக்ஸாண்டரின் இறப்பின்போது, அவன் மூன்றை நிறைவேற்றினான். அவனால் நீக்கம் செய்யப்பட்ட பிரபுக்களில் முடிந்தவரை பலரைக் கொன்றான், தப்பித்துச் சென்ற ஒரு சிலரைத் தவிர; புதிதாகக் கைப்பற்றுவதில், அவன் டஸ்கனியின் தலைவனாக வேண்டுமென்று விரும்பினான்; ஏனென்றால் அவன் பெருகியா மற்றும் பியாம்பினோ ஆகியவற்றை ஏற்கனவே தன் வசப்படுத்திவிட்டான், பிஸா அவனது பாதுகாப்பில் இருந்தது. அவன் பிரான்ஸை எதிர்பார்த்துக் கொண்டிருக்க வேண்டியதில்லை என்பதால் (ஏனென்றால், ஸ்பானியர்கள், நேப்பிள்ஸ் பேரரசிலிருந்து பிரான்ஸை ஏற்கனவே விரட்டியடித்துவிட்டனர், இதனால் அந்த இருவரும், டியூக்கின் நல்லெண்ணத்தைப் பெற வேண்டிய கட்டாயம் ஏற்பட்டது.) பிஸாவின் மீது பாய்ந்தான். அதன் பிறகு லுக்கா மற்றும் சியெனா ஆகியவை உடனடியாகப் பணிந்தன, ஃப்பிளோரன்டைன்களின் மீதிருந்த பயத்தாலும், வெறுப்புணர்ச்சியாலும்; அலெக்ஸாண்டர் இறந்த அந்த ஆண்டில், டியூக் ஏராளமான வெற்றிகளைப் பெற்று முன்னேறிக் கொண்டிருப்பதால் ஃப்பிளோரன்டைன்களுக்கும் வேறு வழியில்லை, ஏனென்றால் டியூக் ஏராளமான அதிகாரங்களையும், புகழையும் பெற்றுத் தன்னிகரில்லாமல் நிற்பதால் இனி அவன் தனது அதிர்ஷ்டத்தையும், பிறரது இராணுவ உதவியையும் சார்ந்திருக்கத் தேவையில்லை, ஆனால் அவன் தனது முழு வலிமை மற்றும் திறமையைப் பயன்படுத்தியாக வேண்டும்.

டியூக் தன்னுடைய வாளை முதன்முதலாக உருவியதற்கு ஐந்து ஆண்டுகளுக்குப் பிறகுதான் அலெக்ஸாண்டர் இறந்தார். அவர், ரோமக்னாவைப் பலப்படுத்தும் பொறுப்பை மட்டுமே டியூக்குக்கு விட்டுக் கொடுத்தார், இரு வலிமையான எதிர்ப்புணர்வு கொண்ட இராணுவங்களுக்கிடையே

வாழ்வா, சாவா போராட்டத்தில் இருந்த போதிலும் டியூக்கிடம் மிகுந்த மன உறுதியும் திறமையும் இருந்ததால், மனிதர்களை எப்படி வெல்வது என்று நன்றாகவே அறிந்திருந்தான், மிகக் குறைந்த காலத்தில் மிக விரைவாக தனது அடித்தளத்தை ஏற்படுத்திக் கொண்டான், ரோமில் அவன் மிகவும் பாதுகாப்புடன் இருந்தான்; பக்லியானி, விடெல்லி மற்றும் ஆர்ஸினியர்கள் ரோமுக்குள் நுழையக்கூடும் என்றாலும், அவர்களால் அவனுக்கு எதிராக எதையும் செய்ய முடியாது. அவன் தனக்குப் பிடித்த ஒருவரைப் போப்பாக ஆக்க முடியவில்லை, இருப்பினும் குறைந்தபட்சம் அவனுக்குப் பிடிக்காதவரையாவது நியமிக்காமல் இருந்திருக்கலாம். அலெக்ஸாண்டர் இறந்தபோது அவனுக்கு உடல் நலம் நன்றாக இருந்திருக்குமேயானால், அனைத்தும் அவனுக்குச் சுலபமாக இருந்திருக்கும். இரண்டாம் ஜூலியஸ் தேர்ந்தெடுக்கப்பட்டபோது, அவனுடைய தந்தை இறந்தபின் என்னவெல்லாம் நடக்கப்போகிறது என்று என்னிடம் கூறியிருக்கிறான், அவற்றை எப்படிச் சரி செய்வது என்றும் அதற்கான வழிமுறைகளையும் தயாரித்து வைத்திருந்தான், ஆனால் அவன் எதிர்பாராத ஒன்றைத் தவிர, அவனுக்கு இறப்பு வரும்போது, அவன் அதை எதிர்பார்த்து இருக்கவில்லை, இறக்கும் நிலையிலும் இல்லை.

டியூக்கின் அனைத்து செயல்களையும் நினைத்துப் பார்க்கும் போது, அவனை எந்த வகையில் குறை கூறுவதென்று எனக்குத் தெரியவில்லை, இருப்பினும் எனக்குத் தெரிந்ததெல்லாம், நான் ஏற்கனவே கூறியதுபோல், எவர் ஒருவர் தனது அதிர்ஷ்டத்தையும், பிறரது ஆயுத உதவியையும் நம்பி அரசை அமைக்கின்றாரோ, அவர் டியூக்கின் வழியைப் பின்பற்ற வேண்டும் என்று சிபாரிசு செய்கிறேன். ஏனென்றால் அவன் மிகவும் உயர்ந்த எண்ணங்களையும், தொலை நோக்குப் பார்வையையும் கொண்டிருந்தான் என்று என்னால் உறுதியாகக் கூறமுடியாது. அலெக்ஸாண்டரின் மிகக் குறைந்த வாழ்நாள் மற்றும் அவனுடைய உடல்நலக் குறைவு ஆகிய காரணங்களினால் அவனுடைய திட்டங்கள் தடைபட்டன. ஆகவே, எவரொருவர் தனது புதிய திட்டங்களை அறிமுகப்படுத்தி தன்னைப் பாதுகாத்துக் கொள்ளவும், அதன் காரணமாகப் புதிய நண்பர்களைப் பெற்றுக்கொள்ளவும், தன் சொந்த வலிமையையோ அல்லது ஏமாற்று வழிகளையோ பயன்படுத்தி வெற்றி கொள்ளவும், மக்கள் தன் மீது அன்பு செலுத்தவும் அல்லது அச்சம் கொள்ளவும், தனது இராணுவ வீரர்கள் தன்னைப் பின்பற்றவும், அவனைப்

புண்படுத்திய அல்லது எதிராகச் செயல்பட்டவர்களை அழிக்கவும், அரசர்கள், இளவரசர்களுடன் நட்புறவு கொண்டு தனக்குத் தேவையான உதவிகளைப் பெறவும், அல்லது அவர்களுடன் மோதும் போது மிகக் கவனமாக இருக்கவும், இந்த டியூக்கின் செயல்களை உதாரணமாகக் காட்டுவதைத் தவிர வேறு எதையும் தேடிக் கண்டுபிடிக்க முடியாது.

இரண்டாம் ஜூலியஸைத் தேர்ந்தெடுத்ததை வேண்டுமானால் குறை கூறலாம், அது அவன் செய்த தவறான தேர்வாகும், ஏனென்றால் ஏற்கனவே கூறியதுபோல், அவனது விருப்பப்படி ஒரு போப்பைத் தேர்ந்தெடுக்க முடியாதபோது, வேறு ஒருவர் போப் ஆவதைத் தடுத்திருக்கமுடியும்; ஏற்கனவே அவனால் துன்பப்பட்ட, காயம்பட்ட ஒருவர் தலைமைக் குருவாகப் பதவியேற்பதற்கு அவன் சம்மதித்திருக்கக்கூடாது. ஏனென்றால் மக்கள் அச்சத்தினால் அல்லது வெறுப்பினால் காயப்படுகிறார்கள். சேன் பியட்ரோ அட் வின்குலா, கொலொனா, சேன் ஜியார்ஜியோ மற்றும் அஸ்கானியோ* ஆகியோர் அவனால் காயம்பட்டவர்கள். அதே சமயம் ரோயன் போப்பாக ஆனால் அவன் அச்சப்பட வேண்டும். இவை எல்லாவற்றையும்விட, டியூக் ஒரு ஸ்பானியப் போப்பை உருவாக்கியிருக்க வேண்டும், அப்படியில்லாவிட்டால், ரோயன் போப்பாவதற்குச் சம்மதித்திருக்க வேண்டும், சேன் பியட்ரோவை அல்ல. *புதிய சலுகைகள், பழைய காயங்களை மறக்கச் செய்யும் என்று எவர் ஒருவர் நினைக்கின்றாரோ, அவர் தோற்றுப்போகின்றார்.*" ஆகவே, டியூக் தனது தேர்வில் தவறு செய்தான், அவனுடைய அழிவிற்கும் அது காரணமாக அமைந்தது.

* இரண்டாம் ஜூலியஸ் தான் சேன் பியட்ரோ அட் வின்குலாவின் கார்டினல் ஆக இருந்தார்; சேன் ஜியார்ஜியோ, ரஃபேல்ஸ் ரியாக்ஸிஸ் ஆக இருந்தார் மற்றும் அஸ்கானியோ, அஸ்கானியோ ஸ்ஃபோர்ஜாவின் கார்டினல் ஆக இருந்தார்.

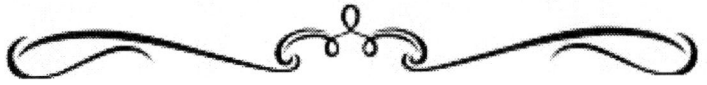

"மக்களுக்கு நல்லது செய்யும்போது கொஞ்சம் கொஞ்சமாகச் செய்து கொண்டிருந்தால்தான் அதனை அனுபவிக்கும் மக்கள் அதனை சுவையை நீண்ட நாட்களுக்கு அனுபவிக்க முடியும்."

- நிகாலோ மேக்கியவல்லி

அத்தியாயம் - 8

குறுக்கு வழியில் பெறப்பட்ட நாடுகளைப் பற்றி

ஒரு சாதாரணக் குடிமகன் இரண்டு வழிகளில் இளவரசனாக உயர்கிறான், அவை இரண்டும் அதிர்ஷ்டம் மற்றும் புத்திசாலித்தனம் என்ற தனித்தனி வழிகளாக இல்லாத போதும், அவை இரண்டும் ஒன்றை ஒன்று சார்ந்திருக்கின்றன, அவற்றைப் பற்றி நான் கூறாமல் இருக்கமுடியாது என்று எனக்குத் தெளிவாகத் தெரிகிறது, நான் குடியரசைப் பற்றி விவரிக்கும்போது ஒன்றை மட்டும் மிக அதிகமாகப் பேசவேண்டியிருக்கிறது. அந்த ஒன்று, குறுக்கு வழிகள் அல்லது கொடூரமான வழிகளாக இருந்தபோதிலும், ஒருவன் தனது சொந்த வலிமையினால் ஒரு நாட்டின் இளவரசனாக உயருகிறான் அல்லது ஒரு சாதாரணக் குடிமகன், நாட்டிலுள்ள பிற குடிமகன்களின் ஆதரவுடன் இளவரசனாக உயருகிறான். முதலில் கூறிய வழியைப் பற்றிப் பேசும்போது, அதை இரண்டு உதாரணங்களுடன் கூறலாம் - ஒன்று தொன்மையானது, மற்றொன்று நவீனமான தற்காலத்தைச் சேர்ந்தது - இந்தத் தலைப்பைப் பற்றி மேலும் விரிவாகக் கூறவேண்டியதில்லை, அவற்றை அவசியம் பின்பற்றவேண்டும் என்று விரும்புபவர்களுக்கு இந்த இரு உதாரணங்களே போதுமானதாக இருக்கும்.

ஒரு சிசிலியனான, அகதாக்ளஸ், ஒரு சாதாரணக் குடிமகன் மட்டுமல்லாது, ஒரு மறுக்கப்பட்ட கீழ்நிலையில் இருந்த குடிமகனாக வாழ்க்கையை நடத்தி வந்த அவன், சைராக்யூஸின் அரசனாக உயர்ந்தான். ஒரு பானை செய்பவரின் மகனான அவன், வெளிஉலகிற்குத் தெரியாத ஒரு சாதாரணக் குடிமகனாக, மிகவும் அதிர்ஷ்டமற்ற இழிந்த

வாழ்க்கையை வாழ்ந்து கொண்டிருந்தான் இருந்த போதிலும், அவன் தன்னுடைய மன வலிமையையும், உடல் வலிமையையும் பயன்படுத்தி இராணுவத்தில் சேர்ந்தான், அங்கு ஒவ்வொரு நிலையாக உயர்ந்து, சைராக்யூஸின் இராணுவத் தலைவனாக ஆனான். அந்த நிலையை அடைந்ததும், நிதானமும், உறுதி யும் அவனுக்குக் கைகொடுத்தன, அதிரடியாக நாட்டின் இளவரசனாக ஆகவேண்டும் என்று தீர்மானித்தான். (ஆனால், எவரையும் சாராமல், எவருக்கும் கடமைப்பட்டுவிடாமல்) இதற்காகச் சிசிலியில் தனது இராணுவத்துடன் போரிட்டுக் கொண்டிருந்த கார்த்தஜீனியனான ஹாமில்கருடன் ஒரு புரிந்துணர்வு ஒப்பந்தம் செய்து கொண்டான். ஒருநாள் காலை, சைராக்யூஸின் மக்களையும், செனட்டையும், குடியாட்சியைப் பற்றிப் பேசவேண்டுமென்று கூறி ஒன்று கூடச் செய்தான், அவன் சைகை செய்ததும், அவனுடைய இராணுவத்தினர், செனட் மெம்பர்களையும், மக்களில் செல்வந்தர்களாக இருந்தவர்களையும் கொன்று குவித்தனர்; அதைக் கண்டு அதிர்ந்துபோன மக்களிடம் தானே இந்த நாட்டின் இளவரசன் என்று அறிவித்தான், மக்கள் அதனை எதிர்த்துக் கிளர்ச்சி செய்யமுடியாதபடி அதிர்ச்சியில் உறைந்து போய்விட்டனர். கார்த்த ஜீனியன்களால் இரண்டு முறை எதிர்க்கப்பட்ட போதும், தொடர்ந்து முற்றுகைப் போரை நடத்திய போதும், அகதாக்ளஸ் மனம் தளராமல், தனது இராணுவத்தின் ஒரு பகுதியை மட்டும் முற்றுகையைத் தகர்க்கும்படி கூறிவிட்டு, மற்றொரு பகுதியுடன் ஆப்பிரிக் காவின் மீது போர் தொடுத்தான். சைராக்யூஸின் முற்றுகை யும் தகர்க்கப்பட்டது. இதனால் பலத்த சேதமுற்ற கார்த்தஜீ னியன்கள், வேறு வழியின்றி, அகதாக்ளஸுடன் உடன் படிக்கை செய்துகொள்ள வேண்டியதாகிவிட்டது, அதன்படி சிசிலியை ஹாமில்கருக்கு விட்டுக் கொடுத்துவிட்டு, ஆப்பிரிக் காவைத் தன் வசப்படுத்தினான்.

ஆகவே, இவனுடைய செயல்கள் மற்றும் புத்திசாலித் தனத்தை எவரேனும் பின்பற்ற நினைத்தால், அவனிடம் புதுமை எதுவும் இல்லை என்று அறிந்து கொள்வர், அவன் இந்த அளவிற்கு உயர்ந்ததற்குக் காரணம், மேலே கூறியபடி, எவருடைய உதவியும் இன்றி இராணுவப் பணியில் படிப் படியாக உயர்ந்தான், அவனுடைய ஒவ்வொரு படியிலும் ஆயிரக்கணக்கான துன்பங்களையும், ஆபத்துக்களையும் சந்தித்தபோது, மனதில் உறுதியோடு அவற்றை வெற்றி

கொண்டான். இருப்பினும், சக குடிமக்களைக் கொல்வது, நண்பர்களை ஏமாற்றுவது, எவரையும் நம்பாமலிருப்பது, கருணையே இல்லாமலிருப்பது, அத்துடன் மதநம்பிக்கை யற்று இருப்பது ஆகியவற்றை ஒருபோதும் திறமையென்று கூறமுடியாது; இந்த வழியில் ஒரு நாட்டைச் சம்பாதிக் கலாம், ஆனால் நல்ல பெயரைச் சம்பாதிக்க முடியாது. இருப்பினும் அகதாக்ளஸின் செயல்படுத்தும் திறமை மற்றும் ஆபத்துக்களிலிருந்து தன்னை விடுவித்துக் கொண்ட திறமை மற்றும் அவனது புத்திகூர்மை ஆகியவற்றை சீர்தூக்கிப் பார்க்கும்போது, பிற பிரபலமான தலைவர்களைவிட அவனைக் குறைவாக மதிப்பிடவேண்டும் என்று தோன்றவில்லை. இருப்பினும், அவனுடைய காட்டுமிராண்டித்தனமான கொடூரம் மற்றும் மனிதாபிமானமற்ற செயல் ஆகியவை அவனைப் பிற தலைவர்களோடு ஒப்பிட மனம் வரவில்லை. அவன் அடைந்த வெற்றிகள் அவனது அதிர்ஷ்டம் என்றோ, அல்லது அவனது புத்திகூர்மை என்றோ கூறமுடியாது.

எங்களுடைய காலங்களில், ஆறாம் அலெக்ஸாண்ட ரின் காலத்தில், சில ஆண்டுகளுக்கு முன் அனாதையாக விடப்பட்ட ஆலிவரெட்டோ டிஸ்பேஸ்ஃபர்மோ, அவனுடைய இளமைக் காலத்தில், அவனுடைய தாய்மாமன் ஜியோ வான்னி ஃபாக்லியானியால் கொண்டு வரப்பட்டு, பவோலா விடெல்லியின் கீழ் போர்ப்பயிற்சி எடுத்துக் கொள்ள ஏற்பாடு செய்யப்பட்டது. அவன் இராணுவத்தில் உயர் பதவிகளை அடைவான் என்று நினைத்தார். பவோலோ இறந்த பிறகு, அவருடைய சகோதரர் விடெல்லோஸோவின் கீழ் போரிட்ட அவன், விரைவில் தனது திறமையாலும், மனவலிமை மற்றும் உடல்வலிமையாலும், இராணுவத்தில் உயர்ந்த பதவியை அடைந்தான். ஆனால் பிறரின் கீழ் பணிபுரிவது பயனற்ற செயல் என்று அவனுக்குத் தோன்றியது, அப்போது ஃபெர்மோவின் குடிமக்கள் அடிமைப்பட்டுக் கிடப்பதைக் கண்டான். ஃபெர்மோவின் குடிமக்கள் சிலருடன், விடெல்லி யின் உதவியுடன் அவர்களுக்குச் சுதந்திரம் பெற்றுக் கொடுப் பதென்று தீர்மானித்தான். ஜியோவான்னி ஃபாக்லியானிக்குக் கடிதம் எழுதினான், நீண்ட நாட்களாகத் தான், தனது நாட்டிலிருந்து வெளியே இருப்பதால், தனது நாட்டையும், அவரையும் பார்க்க விரும்புவதாகத் தெரிவித்திருந்தான், உண்மையில் அவன் தந்தை வழியில் சொத்துக்கள் ஏதேனும் கிடைக்குமா என்று பார்ப்பதுதான் அவனது நோக்கம்;

அவன் தனக்கு நல்ல பெயரைத் தவிர வேறு எதையும் பெறுவதற்கு இதுவரை எந்த முயற்சியும் செய்யவில்லை, இருந்தபோதிலும் அவன் நன்றாக வாழ்க்கை நடத்தினான் என்பதைக் காட்டுவதற்காக அவனது நண்பர்கள், நூறு குதிரை வீரர்கள் புடைசூழ மிகுந்த மரியாதையுடன் அங்கே செல்ல விரும்பினான்; ஃபெர்மோவின் மக்களால் மரியாதை யுடன் வரவேற்க ஏற்பாடு செய்யவேண்டுமென்று ஜியோ வான்னிக்குத் தெரிவித்திருந்தான், இது அவனுக்கு மரியாதை கிடைக்கும் என்பதற்காக மட்டுமல்ல, அவனை வளர்த்த ஜியோவான்னிக்குப் பெருமை சேர்க்க வேண்டுமென்பதற் காகவும் தான்.

ஜியோவான்னி தனது மருமகனைக் கவனிப்பதில் எந்தக் குறையும் வைக்கவில்லை, அவனை ஃபெர்மன்கள் நல்லமுறை யில் வரவேற்கச் செய்தார், ஜியோவான்னி ஃபோக்லியானி மற்றும் ஃபெர்மோவின் முக்கியத் தலைவர்களுக்கு அழைப்பு விடுத்து, மிகப் பெரும் விருந்து ஒன்றை ஏற்பாடு செய்தான். இதுபோன்ற விருந்துக்களில் வழக்கமாக நடைபெறும் அனைத்து பொழுதுபோக்கு நிகழ்ச்சிகளும் நடந்து முடிந்த பின், ஆலிவரோட்டோ மிகவும் சாதுரியமாகத் தனது முக்கிய மான பேச்சைத் துவங்கினான், போப் அலெக்ஸாண்டர் மற்றும் அவரது மகன் சிசரே ஆகியோரின் பெருமைகளை யும், அவர்களது நிர்வாகத்தையும் பற்றி விவரித்தான். அவற்றில் ஜியோவான்னியும் மற்ற தலைவர்களும் தங்களது அபிப்பிராயங்களைக் கூறினர்; அவன் திடீரென்று எழுந்து, இதுபோன்ற பேச்சுக்கள் தனிமையில் நடத்தப்பட வேண்டும் என்று கூறி அருகிலிருந்த சேம்பருக்குச் சென்றான், அனை வரும் அவனைப் பின்பற்றிச் சேம்பருக்குள் சென்றனர். அவர்கள் அங்கே அமர்ந்ததும், மறைந்திருந்த இராணுவ வீரர்கள் அவர்களின் மீது பாய்ந்து அனைவரையும் வெட்டி வீழ்த்தினர், ஜியோவான்னி உட்பட. இந்தப் படுகொலை நடந்தபின், ஆலிவரோட்டோ, ஒரு குதிரையின் மீது ஏறி, அந்த நகரத்தின் தெருக்களில் அங்கும் இங்குமாகச் சென்றான், நகரிலிருந்த தலைமை மாஜிஸ்ட்ரேட்டை முற்றுகையிடச் செய்தான், இதன் மூலம் மக்கள் அவனைக் கண்டு அச்சப் படுவார்கள் என்று நினைத்தான். அங்கு தனது அரசை அமைத்து, அதற்கு இளவரசனாக ஆகவேண்டும் என்று நினைத்தான். அவனுக்கு எவரெல்லாம் துன்பம் கொடுப் பார்கள் என்று நினைத்தானோ அவர்களையெல்லாம்

கொன்றான், தனக்கென்று ஒரு புதிய இராணுவத்தையும், புதிய அதிகாரிகளையும் நியமித்துத் தன்னைப் பலப்படுத்திக் கொண்டான், அவன் புதிய இளவரசனாகப் பதவியேற்றுக் கொண்டது ஃபெர்மோவைக் காப்பாற்றுவதற்காக மட்டு மன்றி, அண்டை நாடுகளுக்கு அச்சமூட்டுவதற்காகவும் தான். அவன் சிசரோ போர்கியாவைத் தானாகவே எதிர்க்காமல் இருந்திருந்தால், அவனுடைய அழிவு அகதாக்ளஸைப் போன்றே இருந்திருக்கும், ஆர்ஸினி மற்றும் விடெல்லியுடன் சேர்ந்து அவனையும் சினிகாக்லியாவில் வெற்றி கொண்டான். இந்தப் படுகொலைகள் நிகழ்ந்து ஒரு ஆண்டிற்குப் பிறகு, அவ னுடைய குரூரமான செயல்களுக்கு உடந்தையாக இருந்த விடலாஸ்ஸோவுடன் தூக்கிலிடப்பட்டான்.

அகதாக்ளஸ் மற்றும் அவனைப் போன்ற இந்த மனிதனும், எல்லையில்லாத துன்பங்களையும், கொடுமைகளை யும் செய்தபின், தமது நாட்டில் பாதுகாப்பாக இருந்து கொண்டு, வெளிநாட்டு எதிரிகளிடமிருந்து தம்மையும், தமது நாட்டையும் பாதுகாத்துக் கொண்டு, அவர்களது சொந்த மக்களால் எதிர்க்கப்படாமல் இருந்தார்கள் என்று நினைக் கும்போது, இது எப்படி என்று சிலர் வியப்படையலாம்; இதுபோன்று கொடூரமாக நடந்து கொண்ட சிலர், அவர்க ளுடைய நாடுகளைத் தக்கவைத்துக் கொள்ள முடியாமல், அமைதியின்றி, போர்க்காலங்களில் நம்பிக்கையின்றி இருந் ததைப் பார்க்க முடிகிறது. இவை கொடூரச் செயல்களைத் தவறாக அல்லது சரியாகச் செய்ததன் பின் விளைவுகள்தான். இது சரியாகச் செய்யப்பட்டது என்று கூறப்படும் போது, ஒருவரின் பாதுகாப்பிற்காக இப்படி ஒரு அதிரடி நட வடிக்கை தேவைதான் என்று பேசுவதற்கு வேண்டுமானால் நன்றாக இருக்கும், இது தொடர்ந்து நடைபெறாமல் இருந் தால்தான் மக்களுக்கு நல்லது. இதுபோன்ற செயல்களைச் செய்பவர்கள், ஒரு சிலர் மட்டுமே இருந்தாலும், அவர் களைப் பார்த்துத் தாமும் இப்படிச் செய்யலாமே என்று நினைப்பவர்களின் எண்ணிக்கை அதிகமாகக் கூடும். முதலா வது சொல்லப்பட்ட வழியைப் பின்பற்றுபவர்கள், கடவுளின் உதவியுடன் அல்லது மனிதரின் உதவியுடன் ஆட்சி செய்யும் போது, அவர்களது ஆட்சியில் கடுமையைச் சற்றுக் குறைப்பர், அகதாக்ளஸ் செய்தது போல் மற்றொரு வழியைப் பின்பற்று பவர்கள் தங்களையே காப்பாற்றிக் கொள்வது சிரமமாக ஆகிவிடும்.

ஆகவே, நாம் குறிப்பிட்டுச் சொல்லவேண்டியது என்ன வென்றால், ஒரு நாட்டைக் கைப்பற்றும்போது, அதனைக் கைப்பற்றுபவர், மிகவும் கவனமாகப் பரிசீலனை செய்து, தனக்குத் தேவையென்றால் கொடுமைகளைச் செய்யலாம், ஆனால் அவை ஒருமுறை மட்டுமே செய்யப்படவேண்டும்; இந்த முறையில் தன்னை நிலைநிறுத்திக்கொள்ள முடியா விட்டால், மக்களுக்கு நல்லது செய்வதன் மூலம், அவர் களுக்கு உறுதியளிப்பதன் மூலம் வெற்றி கொள்ளலாம். அச்சத்தினாலோ அல்லது தவறான அறிவுரைகளால் இதனைச் செய்தவர்கள், எப்போதும் தங்களுடைய வாளை உருவிய நிலையில் வைத்திருக்கவேண்டியிருக்கிறது; அவர் களுடைய மக்கள் அவர்களை நம்பமாட்டார்கள், அவர் களும் மக்களோடு நல்லிணக்கம் கொள்ள முடியாது, இது போன்ற கொடுஞ்செயல்களால் தங்களுக்கு நல்லது நடக்கும் என்று நம்பும் மக்கள் அவனுக்கு எதிராகக் கிளம்பமாட்டார் கள்; ஆனால் அவை மீண்டும் மீண்டும் செய்யப்பட்டால் அது நாடாக இருக்காது; அதுபோன்றே மக்களுக்கு நல்லது செய்யும்போதும் கொஞ்சம் கொஞ்சமாகச் செய்து கொண்டிருந்தால் தான் அதனை அனுபவிக்கும் மக்கள் அதன் சுவையை நீண்ட நாட்களுக்கு அனுபவிக்க முடியும்.

இவை அனைத்தையும்விட, ஒரு இளவரசன், மக்க ளோடு வாழ்வது கட்டாயம், எதிர்பாராத சூழ்நிலைகளைச் சமாளிப்பதற்காக, அது நல்லதாக இருப்பினும், கெட்டதாக இருப்பினும்; ஏனென்றால் துன்பங்கள் வரும் சமயத்தில் அவனுடைய தேவை அங்கு இருக்க வேண்டும், இல்லை யென்றால் அவன் எடுக்க வேண்டிய நடவடிக்கைகள் தாம தப்பட்டுவிடும்; அதிரடி நடவடிக்கைகள் எடுக்கப்பட வேண்டிய இடங்களில் எடுக்கப்படாவிட்டால், அவனுக்குக் கடமைப்பட்டவர்கள்கூட அவனிடமிருந்து விலகிவிட நேர்ந்துவிடும்.

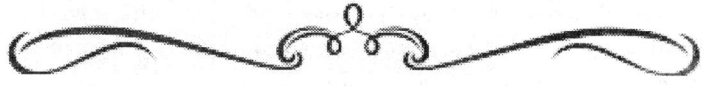

> "பொதுமக்களின் குணம் என்னவென்றால், தங்களின் அழிவு வெகுதூரத்தில் இருக்கிறது அதாவது இப்போது இல்லை என்கிறபோது, இளவரசனுக்காகத் தங்கள் உயிரையும் கொடுக்கத் தயாராக இருப்பர், ஆனால் அழிவு வந்துவிட்டது என்றபோது, அவனுக்கு அருகில் நிற்பவர் ஒரு சிலர் மட்டுமே."
>
> - நிகாலோ மேக்கியவல்லி

அத்தியாயம் - 9

இளவரசனால் ஆளப்படும் ஒரு குடிமக்களின் ஆட்சியைப் பற்றி

ஆனால் நான் குறிப்பிட விரும்புவது - எங்கே ஒரு சாதாரணக் குடிமகன், குறுக்கு வழியைப் பயன்படுத்தாமல் அல்லது கொடுமையான வன்முறைகளைப் பயன்படுத்தாமல், அவனுடைய சக குடிமக்களின் ஆதரவுடன் அவனுடைய நாட்டின் இளவரசனாக ஆகின்றானோ - அதுவே ஒரு குடிமக்களுக்கான நாடு எனப்படுகிறது. இதற்கு அவனுடைய புத்திசாலித்தனமோ அல்லது அதிர்ஷ்டமோ அல்லது இரண்டும் சேர்ந்தோ தேவைப்படாத போது, மகிழ்ச்சியான மனநிலை மட்டுமே தேவைப்படுகிறது. அதாவது நான் சொல்வது என்னவென்றால், இதுபோன்ற நாடுகள், அங்குள்ள மக்களின் ஆதரவுடன் அல்லது அங்குள்ள பிரபுக்களின் ஆதரவுடன் உருவாகிறது. ஏனென்றால் அனைத்து நாடுகளிலும் இது போன்று இரண்டு வெவ்வேறு வகையான பிரிவுகள் காணப்படுகின்றன, இதிலிருந்து நாம் தெரிந்துகொள்ளவேண்டிய முக்கியமான ஒன்று என்ன வென்றால், குடிமக்கள் தாங்கள் பிரபுக்களால் ஆட்சி செய்யப்படுவதை விரும்புவதில்லை, மேலும் அவர்களால் நசுக்கப்படுவதை விரும்புவதில்லை, அதே சமயம், பிரபுக்கள் மக்களை ஆட்சி செய்வதையும், அவர்களை நசுக்குவதையும் விரும்புகிறார்கள்; இந்த இருவேறு மனநிலைகளைக் கொண்டிருக்கும் பிரிவுகள் இருக்கும் நாடுகளிலிருந்து கீழே குறிப்பிட்டுள்ள மூன்று வகைகளில் ஏதேனும் ஒன்று தோன்றுகிறது - இளவரசனால் ஆளப்படும் நாடு, தாங்களே

ஆட்சி செய்யும் நாடு மற்றும் கண்டிப்பற்ற, சட்டம் ஒழுங்கு சீர்கேடைந்த நாடு.

ஒரு இளவரசனின் ஆட்சியானது, மக்களால் அல்லது பிரபுக்களால் உருவாகிறது, அதாவது இந்த இருவரில் எவராவது ஒருவருக்கு அந்தச் சந்தர்ப்பம் கிடைக்கிறது; பிரபுக்களைப் பொருத்தவரை, மக்களின் எதிர்ப்புகளைச் சமாளிக்க முடியாமல், தங்களுடைய மதிப்பு மரியாதை போய்விடும் என்று கூக்குரல் எழுப்பித் தங்களுள் ஒருவரைத் தங்களது இளவரசனாக ஆக்கிக் கொண்டு, அவனது நிழலில் குளிர்காய விரும்புவார்கள். மக்களோ, பிரபுக்களை எதிர்க்க முடியாமல், தங்களுள் ஒருவனைத் தேர்ந்தெடுத்து தங்களைப் பாதுகாத்துக் கொள்வதற்காக இளவரசனாக ஆக்கிக் கொள்வார்கள். மக்களின் ஆதரவுடன் ஆட்சியைப் பெறு பவனைவிட, பிரபுக்களின் ஆதரவுடன் ஆட்சியைப் பெறு பவன், தன்னை நிலைநிறுத்திக் கொள்ளப் பல இன்னல் களைச் சந்திப்பான், ஏனென்றால் பிரபுக்களால் இளவரச னாகியவனைச் சுற்றிலும் இருப்பவர்கள் அவனைத் தங்களுக் குச் சமமாகவே பாவிப்பார்கள், தங்களில் ஒருவனாகவே காணுவார்கள், ஆகவே அவன் அவர்களைத் தன் விருப்பம் போல் நிர்வாகம் செய்யவோ அல்லது ஆட்சி செய்யவோ முடியாது. ஆனால் மக்களால் தேர்ந்தெடுக்கப்பட்டு ஆட்சிக்கு வருபவன் தான் தனியொருவன் என்று காண்கிறான், அவனுக்குச் சமமானவர்கள் எவரும் அவனைச் சுற்றி இருக்கப் போவதில்லை. இவையல்லாமல், ஒருவன் நியாய மான வகையிலோ அல்லது பிறரைத் துன்புறுத்தாமலோ பிரபுக்களைத் திருப்திப்படுத்த இயலாது, ஆனால் மக்களைத் திருப்திப்படுத்திவிடலாம், ஏனென்றால் மக்கள் பிரபுக் களைவிட மிக நியாயமானவர்களாகவே இருப்பார்கள், இன்னும் சரியாகச் சொல்லவேண்டுமென்றால், விரோத மனப்பான்மையை வளர்த்துக் கொண்ட மக்களிடமிருந்து இளவரசன் தன்னைக் காத்துக் கொள்ள முடியாது, ஏனென் றால் அவர்கள் எண்ணிக்கையில் மிக அதிகம், அதே சமயம் பிரபுக்களிடமிருந்து அவன் தன்னைக் காத்துக் கொள்ள முடியும், ஏனென்றால் அவர்கள் எண்ணிக்கையில் குறைவு. ஒரு இளவரசன், தன் மீது வெறுப்புணர்வு கொண்ட மக்களிடமிருந்து எதிர்பார்க்கும் அதிகபட்ச தண்டனை, அவனை மக்கள் கைவிட்டு விடுவது தான்; ஆனால் வெறுப்புணர்வு கொண்ட பிரபுக்கள் அவனைக் கைவிட்டு

விடுவார்கள் என்ற அச்சம் மட்டுமன்றி, அவனுக்கு எதிராகச் சதிகள் செய்வார்கள் என்ற அச்சமும் சேர்ந்துகொள்ளும்; ஏனென்றால் பிரபுக்கள் இதுபோன்ற பிரச்சினைகளை ஏற்கனவே சந்தித்திருப்பதால், மிகவும் கவனத்துடன் இருப்பதோடு அவர்கள் எப்போதுமே தங்களைக் காத்துக் கொள்வதில் தான் கவனமாக இருப்பார்கள், அத்துடன் அவனிடம் அவர்கள் கோரும் சலுகைகளுக்கு அவன் இசைந்து கொடுக்கவேண்டும் என்ற எதிர்பார்ப்புடன் தான் இருப்பார்கள். மேலும், பிரபுக்களால் உருவாக்கப்பட்ட இளவரசன் அவர்களுடன் தான் வாழவேண்டும் என்ற கட்டாயம் ஏற்படுகிறது, ஆனால் மக்களால் தேர்ந்தெடுக்கப் பட்டவன், பிரபுக்களின் துணையின்றி வாழலாம், அவன் விரும்பியபடி அவர்களை ஆக்கவும், அழிக்கவும் செய்யலாம், அவன் விரும்பியபோது அவர்களின் பதவிகளைப் பறிக் கலாம், மாற்றியமைக்கலாம்.

இதனை இன்னும் தெளிவாகக் கூறவேண்டுமென்றால், பிரபுக்கள் இரு முக்கியமான வழிகளில் காணப்படவேண்டும்; அவர்கள் உங்களுடைய நல்ல பெயரைப் பயன்படுத்திக் கொள்வதற்காக முழுவதுமாக உங்களுடன் இணைந்து கொள்கிறார்கள் அல்லது தனித்து நிற்கிறார்கள். அப்படித் தங்களை இணைத்துக் கொள்பவர்கள் பேராசைக்காரர்கள் அல்ல, அதாவது உங்களுடன் இணைத்துக் கொண்டு உங்களைக் கொள்ளையடிப்பவர்கள் அல்ல, இப்படிப் பட்டவர்கள் மதிக்கப்படவேண்டும், அன்பு செலுத்தப்பட வேண்டும், அப்படித் தங்களை இணைத்துக் கொள்ளாத வர்களை இரு வழிகளில் சமாளிக்கலாம்; அவர்கள் தங்களின் கோழைத்தனத்தினால் அப்படி இருக்கிறார்கள், அவர்களை மிகச் சுலபமாக உங்களுக்குச் சாதகமாகப் பயன்படுத்தலாம், அவர்கள் இயற்கையாகவே தைரியம் இல்லாததால், அவர் களுக்கு ஆலோசனை கூறித் தைரியமூட்டலாம், இப்படிச் செய்வதன் மூலம் உங்களுக்கு நீங்களே மதிப்பை, மரியாதை யைத் தேடிக் கொள்கிறீர்கள், உங்களுக்கு இன்னல்கள் வரும் போது நீங்கள் அவர்களுக்குப் பயப்படவேண்டியதில்லை. ஆனால், உங்களுடன் தங்களை இணைத்துக் கொண்டு உங் களுக்குக் கட்டுப்பட்டிருப்பவர்கள், தங்களுடைய பேராசை நிறைவேறிய பின், உங்களை விட்டு விலகுகிறார்கள், அவர் கள் உங்களைப் பற்றி நினைப்பதை விட்டுவிட்டுத் தங்களைப் பற்றி நினைக்கத் துவங்கிவிட்டால், அதனை ஒரு எச்சரிக்கை

மணியாக எடுத்துக் கொள்ளவேண்டும், அப்படிப்பட்டவர்களிடமிருந்து உங்களைப் பாதுகாத்துக் கொள்வதற்கான நடவடிக்கைகளை எடுக்க வேண்டும். அத்துடன் அவர்கள் உடனிருக்கும் எதிரியாகப் பாவிக்கப்படவேண்டும், ஏனென்றால் உங்களுக்குத் துன்பம் வரும் காலங்களில், அவர்கள் உங்களை அழிக்க நினைப்பவர்களுக்குத் துணை நிற்பார்கள்.

ஆகவே, மக்களின் ஆதரவுடன் இளவரசனான ஒருவன் அவர்களை நண்பர்களாகவே வைத்துக் கொள்ளவேண்டும், இதை அவன் மிகச் சுலபமாக நிறைவேற்றலாம், ஏனென்றால் அவர்கள் கேட்பதெல்லாம் எங்களை நசுக்கிவிடக்கூடாது என்பதுதான். ஆனால் மக்களுக்கு எதிராக, பிரபுக்களின் ஆதரவுடன் இளவரசனான ஒருவன், மக்களை வெற்றிக் கொள்ள முயற்சிக்கவேண்டும், மக்களின் பாதுகாப்பிற்கு உறுதிகூறுவதன் மூலம் அவன் இதனைச் சுலபமாக நிறைவேற்றமுடியும். ஏனென்றால், அவர்கள் எதிரியாக நினைத்துக் கொண்டிருக்கும் ஒரு இளவரசன், தங்களுக்கு நல்லது செய்கின்றான் என்று தெரிந்ததும், மக்கள் அவனுடன் நெருக்கமாகிறார்கள்; இதனால், அந்த அவன் அவர்களின் ஆதரவுடன் இளவரசனாக ஆகும்போது இருப்பதைவிட இப்போது மக்கள் அவன் மீது மிகுந்த ஈர்ப்பு உடையவர்களாக ஆகிறார்கள்; இளவரசன் அவர்களின் அந்த ஈர்ப்பைப் பல வழிகளில் பயன்படுத்திக் கொள்ளமுடியும், ஆனால் சூழ்நிலைகளுக்குத் தகுந்தவாறு அந்த வழிகள் மாறக்கூடியவை, வேறுபடக் கூடியவை என்பதால், அவற்றுக்கான விதிமுறைகளை நாம் நிர்ணயிக்க முடியாது, ஆகவே அவற்றை நான் விட்டுவிடுகிறேன்; ஆனால் நான் மீண்டும் கூறுவது என்னவென்றால், ஒரு இளவரசன் தனது மக்களை நண்பர்களாக ஆக்கிக் கொள்ளவேண்டும், இல்லையென்றால் துன்பங்கள் வரும்போது அவனது பாதுகாப்பு கேள்விக்குறியாகிவிடும்.

ஸ்பார்டன்களின் இளவரசனான நோபிஸ், கிரீஸின் தாக்குதலை எதிர்கொண்டான், பல வெற்றிகளைக் குவித்த ரோமன்களின் இராணுவத்தைத் தடுத்து நிறுத்தினான், அவரகளிடமிருந்து தனது நாட்டையும், அரசையும் காத்துக் கொண்டான்; இந்த ஆபத்துக்களிலிருந்து தப்பித்துக் கொள்வதற்கு அவன் ஒரு சிலரிடமிருந்து மட்டும் தன்னைப் பாதுகாத்துக் கொள்வதற்கு அவன் ஒரு சிலரிடமிருந்து மட்டும் தன்னைப் பாதுகாத்துக் கொள்ளவேண்டியிருந்தது, ஆனால் மக்கள் அவன் மீது பகையுணர்வு கொண்டு, அவனுக்கு

எதிராக இருந்திருந்தால் இது நடந்திருக்காது. "எவனொரு வன் மக்களை நம்பி அரசை அமைக்கின்றானோ, அவன் மண்ணில் கோட்டை கட்டுகிறான்," என்ற பழமொழியை மிகவும் அலுத்துப்போன பழமொழி என்று எவரும் எதிர்ப்புத் தெரிவிக்க விட்டுவிடாதீர்கள், ஏனென்றால் ஒரு சாதாரணக் குடிமகன் தனது அரசின் அடித்தளத்தை அமைக்கும்போது, அவன் தன்னுடைய எதிரிகளால் மற்றும் அரசு அதிகாரிகளால் நசுக்கப்படும் சூழ்நிலை எழும்போது, மக்கள் அவனை விடுவிப்பார்கள் என்று நினைத்தால், அந்தப் பழமொழி உண்மையாகிறது; அவன் ஏமாற்றப்படுகிறான், ரோமில் க்ராச்சிக்கு நிகழ்ந்தது போல மற்றும் ஃப்ளா ரென்ஸில் மெஸ்ஸெர் ஜியார்ஜியோ ஸ்காலிக்கு நிகழ்ந் ததுபோல. ஆனால் தன்னை நிலை நிறுத்திக் கொண்ட ஒரு இளவரசனுக்கு, அதிகாரம் செய்யும் திறமையும், மனஉறுதி யும், இன்னல்கள் வரும்போது மனதில் குழப்பமில்லாமலும், எந்தக் குறையும் இன்றி அனைத்து தகுதிகளையும் கொண் டிருப்பவனாகவும், அவன் எடுக்கின்ற தீர்மானங்களில் உறுதி யுடையவனும், அனைத்து மக்களையும் உற்சாகப்படுத்து பவனாகவும் இருப்பின் - ஏமாற்றங்களைச் சந்திக்க மாட்டான், அது அவன் தனக்கும், தனது அரசாட்சிக்கும் நல்ல அடித்தளத்தை அமைத்துக் கொண்டதைக் காட்டுகிறது.

இதுபோன்ற நாடுகளில் மக்களின் ஆட்சியிலிருந்து தன்னாட்சியாக மாறும் போது அபாயம் ஏற்படுகிறது, ஏனென்றால் இதுபோன்ற சூழ்நிலைகளில் இளவரசர்கள் தானே நேரடியாக ஆட்சி செய்கிறார்கள் அல்லது அரசு அதிகாரிகளின் மூலமாக ஆட்சி செய்கிறார்கள். அரசு அதிகாரிகளின் மூலமாக ஆட்சி செய்யும்போது, அவர் களுடைய அரசு மிகவும் பலகீனமாகிறது, பாதுகாப்பற்ற தாகவும் ஆகிறது, ஏனென்றால், அந்த அரசு அதிகாரிகள் பொதுமக்களிலிருந்து தான் அதிகாரியாக ஆகிறார்கள், அரசும் அவர்களையே முற்றிலும் நம்பியிருக்கவேண்டி யிருக்கிறது, அவர்கள் குறிப்பாகத் துன்பங்கள் வரும்போது, மறைவாகச் சூழ்ச்சிகள் செய்தோ அல்லது நேரடியாக எதிர்த்தோ, மிகச் சுலபமாக அரசை அழித்து விடுகிறார்கள்; மேலும் இதுபோன்ற குழப்பமான சூழ்நிலைகளில் இளவரசன் தனது அதிகாரத்தைக் காட்டுவதற்கு எந்தச் சந்தர்ப்பமும் கிடைப்பதில்லை, ஏனென்றால், குடிமக்கள் அரசு அதிகாரி களின் ஆணைகளுக்குக் கீழ்ப்படிவதைப் பழக்கமாகக்

கொள்வதால், அரசனின் ஆணைகளுக்குக் கீழ்ப்படிவதா வேண்டாமா என்ற குழப்பத்தில் ஆழ்ந்துவிடுகின்றனர், அந்த நேரத்தில் இளவரசனுக்கு நம்பிக்கையானவர்கள் என்று சொல்லக் கூடியவர்கள் கிடைப்பதும் அரிதாகிவிடுகிறது. பொதுமக்களின் குணம் என்னவென்றால், தங்களின் அழிவு வெகுதூரத்தில் இருக்கிறது அதாவது இப்போது இல்லை என்கிறபோது, இளவரசனுக்காகத் தங்கள் உயிரையும் கொடுக்கத் தயாராக இருப்பர், ஆனால் அழிவு வந்துவிட்டது என்று தெரிந்தபோது, அவனுக்கு அருகில் நிற்பவர்கள் ஒரு சிலர் மட்டுமே. ஆகவே, ஒரு புத்திசாலியான இளவரசன், தனது மக்கள், தங்களுக்கும் தங்கள் நாட்டிற்கும் தேவையானவை கிடைக்கும் வரை அவர்கள் தனக்கு நம்பிக்கைக் குரியவர்களாக இருப்பர் என்று புரிந்துகொண்டு அதற்குத் தகுந்தவாறு தனது அரசை அமைத்துக் கொள்ளவேண்டும்.

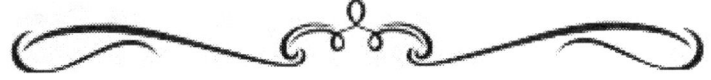

> "மக்களின் குணம் என்னவென்றால், அவர்கள் தாங்கள் பெற்ற நன்மைகளை வைத்தே தாங்கள் செய்ய வேண்டிய கடமைகளை அளவிடுகிறார்கள்."
> - நிகாலோ மேக்கியவல்லி.

அத்தியாயம் - 10

இளவரசர்களால் ஆளப்படும் நாடுகளின் வலிமையை எப்படி அளவிடுவது என்பது பற்றி

இளவரசர்களால் ஆளப்படும் நாடுகளின் பண்புகளைப் பற்றி ஆராயும்போது நாம் மற்றொரு விஷயத்தைப் பரிசீலிப்பது அவசியம்: அதாவது ஒரு இளவரசன் தேவைப் படும்போது, அவன் தன்னை வலிமைப்படுத்திக்கொள்ளத் தேவையான சொந்த ஆதாரங்களைக் கொண்டிருக்கின்றானா, அல்லது எப்போதுமே பிறரது உதவி தேவைப்படுகிறதா என்று பார்க்க வேண்டும். இதனைத் தெளிவாகக் கூற வேண்டுமென்றால், இளவரசர்கள் ஏராளமான மனித ஆற்றலையும், தேவையான பொருளாதார வசதியையும் தம்மிடம் வைத்திருக்கிறார்களா, அத்துடன் அவர்களைத் தாக்க வரும் எதிரிகளுடன் போரிடுவதற்குப் போதுமான இராணுவத்தை உடனடியாகத் தயார் செய்ய முடிகிறதா என்பதைப் பரிசீலிக்க வேண்டும் என்று கூறுகிறேன்; அதுபோன்றே, இளவரசர்கள், எப்போதுமே அடுத்தவர் களின் உதவி தேவைப்படுபவர்களும், எதிரிகளுடன் போரிடும் போது போர்க்களத்தில் தான் நேரடியாக இறங்காமலும், தங்களைக் காத்துக் கொள்ளக் கோட்டையின் சுவர்களுக்குள் ஒளிந்து கொள்பவர்களையும் நான் பரிசீலிக்க வேண்டு மென்று கூறுகிறேன். முதலில் கூறிய விஷயத்தைப் பற்றி நாம் விவாதித்துவிட்டோம், மீண்டும் அதற்கான தேவை ஏற்படும் போது பேசுவோம். இரண்டாவது விஷயத்தில், அப்படிப் பட்ட இளவரசர்கள், எதிரிகள் படையெடுத்து வரும்போது, எதிர்த்துத் தாக்குதல் நடத்தாமல், கோட்டைக்குள் அல்லது நகரத்திற்குள் ஒளிந்து கொண்டு, எதிரியின் முற்றுகையை மட்டும் சமாளித்துக் கொள்வார்கள், அதற்குத் தேவை யானவற்றைச் சேமித்துக் கொண்டால் போதும் என்று

நினைப்பார்கள். அவர்களால் தாங்கள் இருக்கும் நகரத்தை மட்டுமே காப்பாற்றிக் கொள்ளமுடியும், நாட்டையல்ல, என்பதைத் தவிர வேறு ஒன்றும் சொல்வதற்கில்லை. இங்கே குறிப்பிட்டுள்ளது போல், எவர் தங்களுடைய நகரத்தைப் பலப்படுத்தவும், மக்களுக்குத் தேவையானவற்றை மட்டும் கவனித்துக் கொள்ளவும் செய்கிறார்களோ, அவரது நகரத்தைத் தாக்குவதற்கு மிகவும் எச்சரிக்கை எதுவும் தேவையில்லை, ஏனென்றால் எங்கே பலவீனத்தைக் காண்கிறார்களோ, அங்கே தான் மனிதர்கள் துன்பங்களை விளைவிப்பதற்கு முயற்சிகள் செய்கின்றனர், அதே சமயம் ஒருவன் தனது நகரத்தைப் பலப்படுத்திக் கொண்டு மக்களால் வெறுக்கப்படாமல் இருப்பவனைத் தாக்குவது அவ்வளவு சுலபமல்ல.

ஜெர்மனி முற்றிலும் சுதந்திரமான நகரங்களைக் கொண்டது, அவற்றைச் சுற்றிலும், அதற்குச் சொந்தமான சிறுநாடுகள் உள்ளன, அவை எப்போதுமே தங்களது சக்கரவர்த்திக்குக் கீழ்படிந்தே நடக்கிறார்கள், அவர்களைத் தாக்குவதற்கு எந்தச் சக்தி வந்தாலும் அவர்கள் அச்சப்படமாட்டார்கள், ஏனென்றால் அவர்களைத் தாக்குவதும், கைப்பற்றுவதும் அவ்வளவு சுலபமல்ல என்று அவர்கள் அறிந்திருக்கிறார்கள், பாதுகாப்பிற்குத் தேவையான நிலவறைகளும், சுற்றுச் சுவர்களும் அமைக்கப்பட்டிருப்பதையும், போதுமான போர்க்கருவிகள் இருப்பில் இருப்பதையும், அவர்களுடைய சேமிப்புக் கிடங்குகளில் ஓராண்டிற்குத் தேவையான உணவுப் பொருட்களும், தண்ணீரும், எரிபொருட்களும், சேமித்து வைக்கப்பட்டிருப்பதையும் அவர்கள் அறிவார்கள், இவையன்றி, மக்களை அமைதியாக வைத்திருக்கவும், அவர்களுக்கு எவ்வித சேதமும், இழப்பும் ஏற்படாமலும், நகரத்தைப் பாதுகாப்பாக வைத்துக் கொள்வதற்கு உயிர்நாடியான பல்வேறு தொழிலாளர்களுக்குச் சரியான வேலைகளைக் கொடுத்தும், மக்களுக்கு தைரியத்தை ஏற்படுத்தியிருக்கிறார்கள்; அவர்கள் தங்களது இராணுவத்திற்குப் போதுமான பயிற்சிகள் அளித்தும், அவர்களுக்குத் தேவையான ஆணைகளை வழங்கியும், எப்போதும் தயார் நிலையில் வைத்திருந்தார்கள்.

ஆகவே, ஒரு இளவரசனிடம் மிகவும் பலமான நகரமிருந்தால், அவன் மக்களால் எந்தவிதத்திலும் வெறுக்கப்படாமலிருந்தால், தாக்குதல் நடத்த முடியாது, அப்படி எவராவது

தாக்குதல் நடத்தினால், அவன் அவமானப்பட்டு விரட்டி யடிக்கப்படுவான்; மீண்டும் கூறுகிறேன், இதுபோன்று உலகம் முழுவதும் நடைபெறத்தான் செய்கிறது, ஆனால் அது மாறத்தக்கது, எந்தவிதப் போரிலும் ஈடுபடுத்தாமல் ஓராண்டிற்கு ஒரு இராணுவத்தைச் சமாளிப்பது இயலாது என்று எவர் கூறினாலும்; ஒரு நகரத்திற்கு வெளியே மக்களுக்குச் சொத்துக்கள் இருந்து, அவை எரிக்கப்படு மானால், மக்கள் பார்த்துக் கொண்டு அமைதியாக இருக்க மாட்டார்கள், அதுபோன்றே நீண்ட முற்றுகை மற்றும் சுயநலம் ஆகியவை அந்த இளவரசனை மக்கள் மறந்து போவதற்கான வாய்ப்பாக அமையும், இவற்றுக்கு நான் பதில் கூறுகிறேன், மிகவும் வலிமையுள்ள, மனஉறுதியுள்ள ஒரு இளவரசன் இதுபோன்ற துன்பங்களின் போது தனது மக்களுக்குத் தேவையான நம்பிக்கையையூட்டி, இந்தக் கொடுமைகள் நீண்ட நாட்களுக்கு நிலைக்காது என்று உறுதியளித்து அந்தச் சூழ்நிலையை வெற்றிகொள்வான், அத்துடன் தன்னை மிகவும் திறமையானவன் என்று மக்கள் போற்றும்படி நடந்துகொள்வான்.

மேலும், எதிரிகள் படையெடுத்து வந்தால், உடனடி யாகக் கண்ணில்பட்டதையெல்லாம் எரிக்கவும், அழிக்கவும் செய்வார்கள், அப்போது அவர்களை எதிர்ப்பதற்குத் தயாராக இருக்கும் மக்களிடம் வேகமும், கோபமும் அதிகமாக இருக்கும்; அந்த நேரத்தில் இளவரசனிடம் எந்தவிதத் தயக்கமும் இருக்கக்கூடாது; போரின் வேகம் குறைந்தபின், ஏற்பட்டிருக்கும் சேதங்களைச் சரிசெய்வதும் இயலாத காரியமாகிவிடும்; ஆகவே, மக்கள் எப்போதும் எந்த நிலை யிலும் இளவரசனோடு கைகோர்த்துக் கொள்ளும் சூழ்நிலை இருக்கும் போது, இளவரசனும் அவர்களைப் பாதுகாப் பதைத் தன் கடமையாக நினைத்துக் கொண்டிருக்கும்போது, இளவரசனுக்காகத் தங்கள் வீடுகளும், பிற சொத்துக்களும் அழிவதைப் பெரிதாக எடுத்துக் கொள்ளமாட்டார்கள். ஏனென்றால் மக்களின் இயற்கையான குணம் என்னவென் றால், அவர்கள் தாங்கள் பெற்ற நன்மைகளை வைத்தே அவர்கள் தாங்கள் செய்ய வேண்டிய கடமைகளை அளவிடு கிறார்கள். ஆகவே, இவை அனைத்தையும் பரிசீலித்தால், ஒரு நல்ல புத்திசாலியான இளவரசன், தனது மக்களின் நம்பிக் கையைத் துவக்கத்திலிருந்து இறுதிவரை உறுதியாக வைத்துக் கொள்வான், அவர்களைப் பாதுகாப்பதிலும், ஆதரிப்பதி லும் எந்தக் குறையும் வைத்துக் கொள்ளமாட்டான்.

> "இறைவன் அனைத்தையும் செய்துவிடுவதில்லை, நாம் ஒருசில செயல்களை நாமே செய்து, அதனால் நமக்குக் கிடைக்கும் மகிழ்ச்சியை அவன் எடுத்துக் கொள்வதில்லை."
>
> **- நிகாலோ மேக்கியவல்லி**

அத்தியாயம் - 11

மதகுருக்களால் ஆட்சி செய்யப்படும் நாடுகளைப் பற்றி

இப்போது, மதக்குருக்களால் ஆட்சி செய்யப்படும் நாடுகளைப் பற்றிப் பேசுவது ஒன்றுதான் பாக்கியிருக்கிறது, அவர்கள் நாடுகளைத் தங்களின் கீழ் கொண்டு வருவதற்கு முந்தைய பிரச்சினைகளைத் தொட்டுப் பேசவேண்டியிருக் கிறது, ஏனென்றால் அந்த நாடுகள் அவர்களின் தகுதியினால் பெறப்படுகின்றன அல்லது அவர்கள் பெற்றிருக்கும் நல்ல பெயரினால் பெறப்படுகின்றன, இவை இரண்டும் இல்லா மலும் பெறப்படுகின்றன; ஏனென்றால் அவை மதத்தின் பெயரால், வழங்கப்பட்ட ஆணைகளால் பெறப்பட்டவை, இந்த ஆணைகள் மிகவும் வலிமை வாய்ந்தவை, அப்படிப் பட்ட ஆட்சிகளின் கீழ் ஒரு இளவரசன் எப்படி நடந்து கொண்டாலும், எப்படி வாழ்ந்தாலும் அதைப் பற்றிக் கவலையில்லை. இந்த இளவரசர்களுக்கு நாடுகள் இருக்கும், ஆனால் அவற்றைப் பாதுகாக்கவேண்டும் என்ற கடமை யில்லை, அவர்களுக்கென்று குடிமக்கள் இருப்பர், ஆனால் அவர்களை ஆட்சி செய்ய வேண்டியதில்லை; இந்த நாடு களை அவர்கள் காக்கவேண்டிய அவசியமில்லை என்றாலும் அவர்களிடமிருந்து அந்த நாடுகள் பறித்துக்கொள்ளப்பட மாட்டா, மக்களும் அதைப் பற்றிக் கவலைப்படுவதில்லை, அவர்களுக்கென்று சொந்த விருப்பு வெறுப்புகள் கிடையாது, இருப்பினும் இளவரசனுடன் அன்னியப்பட்டுப் போவ தில்லை. இதுபோன்ற நாடுகள் பாதுகாப்பாகவும், மகிழ்ச்சி யாகவும் இருக்கத்தான் செய்கின்றன. இந்த நாடுகள் ஆணைகளுக்குக் கட்டுப்பட்டவையாக இருப்பதாலும், மனிதரின் மனங்களுக்கு எட்டாதவையாக இருப்பதாலும், அவைகளைப் பற்றி நான் மேலும் பேசப்போவதில்லை, ஏனென்றால் அவை மதிப்பிற்குரியவைகளாக இருப்பதாலும்,

கடவுளால் நிர்வாகம் செய்யப்படுவதாலும், அதைப் பற்றிப் பேசுவது முட்டாள்தனமான செயலாகும், மேலும் அறிவற்ற மனிதர்கள் தான் அதை விவாதம் செய்வார்கள்.

இருப்பினும், எப்படிச் சர்ச் இப்படிச் சிறப்பான உலக ளாவிய அதிகாரத்தைப் பெற்றது என்று எவராவது என்னைக் கேட்டால், அதற்கு அலெக்ஸாண்டருக்குப் பின்னோக்கிச் சென்று வானளாவிய அதிகாரம் பெற்ற பிரபுக்கள் (பிரபுக் கள் என்று அழைக்கப்படுபவர்கள் மட்டுமன்றி, ஒவ்வொரு சீமானும், அதிகார வர்க்கமும், எவ்வளவு சிறிய பதவியி லிருந்தாலும்) சர்வ சாதாரணமாக வானளாவிய அதிகாரம் பெற்றவர்களாக மதிக்கப்படுபவார்கள் - இருப்பினும் ஃபிரான்ஸின் அரசன் கூட அவர்களின் முன் நடுங்குவார், இந்த அதிகாரம், அவரை இத்தாலியிலிருந்து விரட்டியடிக்க முடியும், வெனிஷியர்களை அழிக்கமுடியும் - இது அனை வருக்கும் வெளிப்படையாகத் தெரிந்திருந்த போதும், இதனைப் பற்றி மீண்டும் பேசுவதற்கு இது மிக உயர்ந்த விஷயமாக எனக்குப் படவில்லை.

பிரான்ஸின் அரசன் சார்லஸ் இத்தாலிக்குள் நுழை வதற்கு முன், அந்த நாடு - போப், வெனிஷியர்கள், நேபிள்ஸின் அரசன், மிலன் கோமகன் மற்றும் ஃபிளாரண்டைன்களின் ஆளுமையில் இருந்தது. இந்தப் பிரபுக்கள் இரு விஷயங் களைப் பற்றிக் கவலை கொண்டிருந்தனர்: ஒன்று, வெளி நாட்டு சக்திகள் எதுவும் ஆயுதந்தாங்கி இத்தாலிக்குள் நுழைந்துவிடக்கூடாது; மற்றொன்று, அவர்களில் எவரும் மேற்கொண்டு நாடுகளைச் சேர்த்துக் கொள்ளக் கூடாது. அவர்களில் போப் மற்றும் வெனிஷியர்களுக்குத் தான் இதுபோன்ற கவலைகள் அதிகமிருந்தன. வெனிஷியர்களைக் கட்டுப்படுத்த மற்றவர்களின் கூட்டணி தேவையாக இருந்தது, போப்பின் செல்வாக்கைக் குறைப்பதற்காக ரோமிலிருக்கும் சீமான்களைப் பயன்படுத்தினர், இந்தச் சீமான்கள், ஆர்ஸினி மற்றும் கோலோன்னா என்று இரு பிரிவுகளாகப் பிரிந்திருந் தது அவர்களுக்கு வசதியாக இருந்தது, அவர்கள் மாவட்டப் போதகர்கள் என்ற பெயரில் ஆயுதங்களோடு தயாராக இருந்தார்கள், மாவட்டங்களிலுள்ள திருச்சபைகளை ஏற் கனவே பலகீனமாக்கிவிட்டு, திருச்சபைகளுக்கு எந்தவித அதிகாரமும் இல்லை என்று ஆக்கிவிட்டனர். சிலசமயங் களில் நான்காம் சிக்ஸ்டஸ் போன்ற தைரியமான போப்புகள்

பதவிக்கு வந்தபோதும், அவருடைய நற்பெயரும், நல்ல பண்புகளும் இந்தத் தீவினையாளர்களை அடக்குவதற்குப் போதுமானதாக இல்லை. அத்துடன் போப்பின் குறைந்த பதவிக்கலாமும் இதற்கு முக்கியக் காரணமாகும்; ஒரு போப்பின் பதவிக்காலமான பத்து ஆண்டுகளில், இந்தப் பிளவைச் சரி செய்ய மிகுந்த சிரமங்கள்பட்டனர், குறிப்பிட்டுச் சொல்லவேண்டுமென்றால், ஒரு போப் கோலோன்னாக்களைச் செயலிழக்கச் செய்தால், மற்றொரு போப், ஆர்ஸினிக்களின் மீது வெறுப்புணர்ச்சியைத் தூண்டுவதற்காக, கோலோன்னாக்களுக்கு ஆதரவு கொடுப்பார், அப்படிச் செய்தபோதிலும், ஆர்ஸினிக்களை ஒடுக்க முடியவில்லை. இதன் காரணமாகத்தான் இத்தாலியில் போப்பின் வானளாவிய அதிகாரம் மதிக்கப்படவில்லை.

அதன் பிறகு ஆறாம் அலெக்ஸாண்டர் பதவிக்கு வந்தார், இவர் மாவட்டத் திருச்சபையின் தலைவராக இருந்தபோது, எப்படிப் பணத்தையும், ஆயுதங்களையும் பயன்படுத்தி அனைத்தையும் வெல்ல முடியும் என்று காட்டினார்; டியூக் வாலெண்டினோவின் காரணமாகவும், பிரான்ஸின் நுழைவைக் காரணம் காட்டியும், அவர் அனைத்தையும் சாதித்துக் கொள்ள முடிந்தது, டியூக்கின் செயல்களைப் பற்றி விவரிக்கும் போது இதனை நான் கூறியிருக்கிறேன். சர்ச்சின் வலிமையைப் பெருக்குவது அவரது நோக்கமாக இருந்தது, இருந்தபோதிலும், அவர் சர்ச்சின் மதிப்பை உயர்த்தியதால், அவரது இறப்பிற்குப் பின், டியூக் அழிந்த பிறகும், அவரது உழைப்பிற்குப் பலன் இருந்தது.

அதன் பிறகு போப் ஜூலியஸ் வந்தார், சர்ச் மிகவும் பலம் கொண்டிருப்பதைக் கண்டார், ரோமக்னா முழுவதும் ஆக்ரமிக்கப்பட்டிருந்தது, ரோமின் பிரபுக்கள் அனைவரும் செயலிழக்க வைக்கப்பட்டிருந்தனர், அலெக்ஸாண்டர் செய்த சீர்திருத்தங்களின் மூலம், பிளவுகள் சரி செய்யப்பட்டிருந்தன; அலெக்ஸாண்டரின் காலத்திற்கு முன் இல்லாத ஒரு வழக்கமாக, சர்ச்சுக்கென்று பணத்தைச் சேமிக்கும் வழிகள் ஏற்படுத்தப்பட்டிருப்பதையும் கண்டார். அவர் அவற்றை அப்படியே பின்பற்றாமல், அவற்றை மேலும் சிறப்பாகச் செயல்படத் தேவையான முன்னேற்றங்களைச் செய்தார், வெனிஷியர்களை அழிப்பதற்கும், பிரான்ஸை இத்தாலியிலிருந்து விரட்டுவதற்கும் போலோக்வைத் தம் கைக்குள் கொண்டு வரவேண்டும் என்று விரும்பினார். இவை

அனைத்தும் அவருக்குச் சாதகமாகவே நடந்தன, இதனால் அவருக்குப் பெருமை சேர்ந்தது மட்டுமன்றி, சர்ச்சின் அதிகாரத்தை அதிகப்படுத்துவதற்கான அனைத்து வழிகளையும் ஏற்படுத்தினார். ஆர்ஸினி மற்றும் கோலான்னாவிற்கும் இடையே உள்ள பிளவைக் கட்டுப்படுத்தித் தன் ஆளுமையின் கீழ் கொண்டு வந்தார்; அவரது இந்தச் செயல்களுக்குச் சிலர் தொல்லைகளை அளிக்கத் தயாராக இருந்தபோதிலும், அவர் இரண்டு விஷயங்களை உறுதிப்படுத்தினார்: ஒன்று, சர்ச்சின் அதிகாரத்தை அதிகப்படுத்தி அவர்களை அச்சுறுத்தினார்; மற்றொன்று, அவர்கள் தங்களுக்கென்று கார்டினல்களை வைத்துக் கொள்வதை அனுமதிக்கவில்லை, ஏனென்றால் அவர்கள் தான் குழப்பங்களை ஏற்படுத்திக் கொண்டிருந்தனர். அவர்களுக்கென்று கார்டினல்கள் இருக்கும்வரை, அவர்களுக்குள் பிளவுகளும் இருக்கும், அத்துடன் சீமான்கள் தங்களை ஆதரிக்கவேண்டுமென்று கட்டாயப்படுத்தப்பட்டார்கள், இதனால் மாவட்டத் திருச்சபையின் தலைவர்களிடையே பேராசைகள் அதிகமாயின, சீமான்களிடையே குழப்பங்கள் விளைந்தன. இந்தக் காரணங்களுக்காகப் புனிதர் போப் லியோ, மதகுருமார்களுக்கு அதிக அதிகாரத்தை ஏற்படுத்தினார், மற்றவர்கள் தங்களது ஆயுத வலிமையால் பெற்ற வெற்றிகளைப் போல் போப் தமது நல்லெண்ணத்தால் மிகவும் மதிப்பைப் பெற்றுக் கொடுத்தார். மேலும் எல்லையற்ற நல்ல செயல்களைச் செய்தார்.

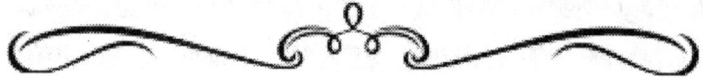

> "அதிகாரம் என்பது இயற்கையாகவே அரசியலுடன் தொடர்புடையது, அதிகாரம் இல்லையென்றால் ஆட்சி செய்ய முடியாது, ஆனால் போர்க்குணமும் இல்லை யென்றால் அதிகாரமும் இல்லை, ஆட்சியும் இல்லை."
> - நிகாலோ மேக்கியவல்லி

அத்தியாயம் - 12

இராணுவங்களில் எத்தனை விதங்கள் உண்டு; அவற்றில் பணத்திற்காகப் பணிபுரிபவர்களைப் பற்றி

துவக்கத்தில் நான், குறிப்பாக இளவரசர்களால் ஆளப்படும் பல நாடுகளின் குணங்களைப் பற்றி விவாதிக்க நினைத்தவற்றை விவாதித்து விட்டேன். அவர்களின் நல்ல மற்றும் கெட்ட செயல்களுக்கான காரணங்களை ஓரளவிற்கு விவாதித்துவிட்டேன், அவர்களில் பலர் எந்த வழிகளில் நாடுகளைப் பிடித்தார்கள், எப்படித் தக்கவைத்துக் கொண் டார்கள் என்றும் பார்த்தோம், இனி பொதுவாக, அவர்கள் ஒவ்வொருவரும் செய்த தவறுகளும், தற்காப்பிற்கான காரணங்களை விவாதிப்பதும் மட்டுமே பாக்கியிருக்கிறது.

ஒரு இளவரசன், தன் நாட்டைப் பாதுகாத்துக் கொள்ள நல்ல அடித்தளத்தை அமைத்துக் கொள்வதற்கான அவசியத் தையும், அப்படிச் செய்யாவிட்டால் அவன் அழிந்துவிடு வான் என்பதையும் ஏற்கனவே நாம் பார்த்தோம். அனைத்து வகையான நாடுகளுக்கும், அது பழைய நாடாகவோ, புதிய நாடாகவோ, அல்லது கலவையான நாடாகவோ இருந் தாலும், அமைத்துக் கொள்ள வேண்டிய அடித்தளங்களில் மிக முக்கியமானது, நல்ல சட்டதிட்டங்களும், தேவையான இராணுவ பலமும் ஆகும்; நல்ல இராணுவ பலம் இல்லாத நாட்டில், நல்ல சட்டதிட்டங்களைப் பின்பற்ற முடியாது, ஆகவே நல்ல இராணுவ பலத்தால் மட்டுமே சட்டதிட்டங் களைச் செயல்படுத்த முடியும். இதில் நான் சட்டதிட்டங் களைப் பற்றிப் பேசுவதை விட்டுவிட்டு, இராணுவ பலத்தைப் பற்றி விவாதிக்கப் போகிறேன்.

ஒரு இளவரசன் தனது நாட்டைக் காத்துக் கொள்வதற்குத் தனது சொந்த இராணுவத்தையோ அல்லது கூலிப்படையினரையோ, துணைப்படையினரையோ அல்லது அனைத்தும் கலந்த படையினரையோ பெற்றிருக்கிறான். கூலிப் படையினரும், துணைப் படையினரும் எப்போதும் ஆபத்தானவர்கள்; இவர்களை நம்பி ஆட்சி செய்பவன் நிலைத்து நிற்கவோ, பாதுகாப்புடன் இருக்கவோ முடியாது; ஏனென்றால் அந்தப் படையினரிடம் ஒற்றுமை இருக்காது, பேராசைக்காரர்களாக இருப்பர், ஒழுக்கம் இருக்காது, நண்பர்களிடம் வாய்ச்சவடால் பேசும் அவர்கள் எதிரிகளைக் கண்டால் கோழைகளாகிவிடுவர்; அவர்களுக்குக் கடவுள் பயம் இருக்காது, மனிதர்களிடம் விசுவாசமாக இருக்க மாட்டார்கள், தாக்குதல் இல்லாதவரை அழிவுகளும் இருக்காது, அமைதிக் காலங்களில் அவர்கள் பிறரைக் கொள்ளையடிப்பார்கள், போர்க்காலங்களில் எதிரிகளால் கொள்ளையடிக்கப்படுவார்கள். உண்மை என்னவென்றால், தொடர்ந்து கொடுக்கப்படும் ஊதியம் தான் அவர்களுடைய எதிர்பார்ப்பு, இதைத் தவிர வேறு எந்தவிதக் கடமையும், விசுவாசமும் இருக்கப்போவதில்லை, இந்தப் பற்றாக்குறையான ஊதியத்தை நம்பி அவர்கள் உங்களுக்காகத் தங்களுடைய உயிரை மாய்த்துக் கொள்ள வேண்டிய அவசியமில்லை. நீங்கள் போர் செய்யாதிருக்கும் வரை அவர்கள் உங்களுடைய படை வீரர்களாக இருப்பார்கள், ஆனால் போர் என்று வந்துவிட்டால், அவர்கள் விலகிக் கொள்வார்கள் அல்லது எதிரியைக் கண்டதும் ஓடிவிடுவார்கள்; இதனை நிரூபிப்பது எனக்கும் கொஞ்சம் சிரமம்தான், ஏனென்றால் இத்தாலியின் அழிவிற்குக் காரணம், வேறு ஒன்றுமில்லை, பல ஆண்டுகளாகக் கூலிப் படைகளை நம்பியதுதான், முன்னதாக அவர்கள் தங்களை மிக பலசாலிகள் என்று வெளிஉலகிற்குக் காட்டிக் கொண்டாலும், வெளியிலிருந்து தாக்குதல் வந்தபோதுதான் அவர்கள் யாரென்று தெரிந்தது. பிரான்ஸின் அரசன் சார்லஸ், இதுபோன்ற கூலிப்படைகளின் உதவியுடன், இத்தாலியைக் கைப்பற்றினான்; அது அவன் செய்த பாபம் என்று நம்மிடம் கூறினான், ஆனால் அவன் பாவம் என்று நினைத்துக் கொண்டிருக்கும் பாபம் அவை அல்ல, என்று நான் புரிந்து கொண்டேன். இளவரசன் செய்த பாபங்களுக்குரிய தண்டனையை அவர்கள் அனுபவித்து விட்டார்கள்.

இந்தக் கூலிப் படைகளினால் ஏற்பட்ட துன்பங்களைப் பற்றி நான் மேலும் விவரிக்க விரும்புகிறேன். இதுபோன்ற கூலிப்படைகளின் கேப்டன், சில சமயங்களில் மிகுந்த திறமையுடையவனாகவும் சில சமயங்களில் திறமையில்லாத வனும் இருந்தான்; திறமையுள்ள கேப்டனாக இருந்தாலும் அவனை நீங்கள் நம்பமுடியாது, ஏனென்றால் அவர்கள் எப்போதும் தங்களுடைய தற்பெருமையில் தான் குறியாக இருப்பார்கள், தங்களது தலைவனான உங்களை எப்போதும் மட்டம் தட்டுவதற்குச் சந்தர்ப்பத்தை எதிர்பார்த்துக் கொண் டிருப்பார்கள், அல்லது உங்கள் எண்ணங்களுக்கு எதிராகவே செயல்படுவார்கள்; கேப்டனிடம் திறமை எதுவும் இல்லா விட்டால் நீங்கள் அழிக்கப்படுவீர்கள்.

யாரிடம் இராணுவம் இருந்தாலும், அது கூலிப்படை அல்லது வேறு படையாக இருந்தாலும், நான் கூறிய வழியில் தான் செயல்படுவார்கள், இதற்கு நான் பதில் கூறுகிறேன், அதாவது ஒரு இளவரசனின் ஆட்சியில், இளவரசன் தானே இராணுவத்தின் கேட்பனாகச் செயல்பட வேண்டும்; ஆனால் குடியாட்சியாக இருந்தால், மக்களைத் தான் இராணுவமாகப் பயன்படுத்த வேண்டியிருக்கிறது, அதனுடைய பலன் திருப்தி யாக இருப்பதில்லை, அதனுடைய கேப்டன் சிறந்தவனான இருந்தபோதிலும், நாட்டின் சட்டதிட்டங்களைப் பயன் படுத்தித்தான் அப்படிப்பட்ட கேப்டன்களைத் தக்க வைத்துக் கொள்ளமுடியும். இளவரசனும், குடியாட்சியும், தனியொரு நபராகச் செயல்படும்போதுதான் மிகச் சிறப்பான முன்னேற் றத்தை அடைய முடிகிறது, கூலிப்படைகள் எப்போதும் அழிவைத் தவிர வேறு ஒன்றும் செய்வதில்லை என்பதை அனுபவத்தின் மூலம் புரிந்து கொள்ள முடிகிறது; குடியாட்சி யில் ஒரு தனி மனிதன், அவனுடைய சொந்த இராணுவ அமைப்புடன் முன் வருவது மிகவும் சிரமமான ஒன்றுதான், அந்த இராணுவம் அவனுடைய அசைவுகளுக்கு ஒத்துப் போவதும் சிரமமான ஒன்றுதான் என்றாலும், வெளியி லிருந்து கிடைக்கும் இராணுவ ஒத்துழைப்பை விட இது மேலானது. ரோம் மற்றும் ஸ்பார்ட்டா இரண்டும் பல தலை முறைகளாகச் சொந்த இராணுவத்தை வைத்துக் கொண்டிருந்தன, அதனால் அவை சுதந்திரமாகச் செயல்பட்டன. ஸ்வைட்சர் கள் அனைவரும் இராணுவ வீரர்கள் என்பதால் மேலும் சிறப்பாகச் செயல்பட முடிந்தது.

மிகவும் பழமையான கூலிப்படைகளுக்கு உதாரண மாகக் கார்த்தஜீனியர்கள் இருந்தனர், ரோமன்களுடன் செய்த முதல் போருக்குப் பின், அவர்கள் அந்தக் கூலிப் படையினரால் நசுக்கப்பட்டனர், இவ்வளவிற்கும், அந்தக் கூலிப்படையின் கேப்டன்களாக அந்த நாட்டின் குடிமகன் கள் தான் செயல்பட்டனர். எபாமினான்டஸ் இறந்தபின், மாசிடோனின் பிலிப், தீபன்களால் அந்த இராணுவத்தின் கேப்டனாக நியமிக்கப்பட்டார், வெற்றி பெற்ற பின், அவனால் அவர்களின் சுதந்திரம் பறிபோயிற்று.

டியூக் பிலிப்போ இறந்தபோது, மிலனீஷியர்கள், வெனி ஷியர்களுக்கு எதிராகப் ஃபிரான்சிஸ்கோ ஸ்போர்ஜாவை ஈடுபடுத்தினர், அவன் காரவாக்கியோவில் எதிரிகளை வெற்றி கொண்ட பின், அவர்களுடன் சேர்ந்துகொண்டு, தன்னைக் கேப்டனாக்கிய மிலனீஷியர்களை நசுக்கத் திட்டமிட்டான். நேபிள்ஸின் அரசி ஜோஹான்னாவால் நியமிக்கப்பட்ட அவனுடைய தந்தை ஸ்போர்ஜா, அந்த அரசியலைப் பாதுகாப்பதைக் கைவிட்டுவிட்டார், அப்போதுதான் அந்த அரசி தனது பேரரசைக் காப்பாற்றுவதற்காக ஆரோகான் அரசனிடம் கட்டாயமாகச் சரணடைய வேண்டியிருந்தது. கூலிப்படைகளின் உதவியுடன் வெனிஷியர்களும், பிளோரண் டைன்களும் அவர்களுடைய ஆட்சிப் பகுதிகளை விரிவுபடுத் தினார்கள், இருந்தபோதிலும் அந்தப் படையின் கேப்டன்கள் தாங்களே இளவரசர்களாக ஆவதற்கு முயற்சிக்கவில்லை, இப்போது நான் கூறுவது என்னவென்றால், இந்தச் சந்தர்ப் பத்தைப் பிளோரன்டைன்கள் பயன்படுத்திக் கொண்டிருக் கலாம், ஏனென்றால் கேப்டன் மிகவும் திறமை வாய்ந்த வனாக இருப்பதைக் கண்டு அவர்கள் அச்சமுற்றார்கள், அவர்களது பேராசை வேறுபக்கமிருந்தது. அப்படி வெற்றி பெறாதவர்களில் ஜியோவான்னி அக்யூடோவும் ஒருவன்*, அவன் வெற்றி பெறாததால், அவனுடைய விசுவாசத்தை அவனால் நிரூபிக்க முடியவில்லை; அவன் வெற்றி பெற்றிருந் தால், பிளோரன்டைன்கள் அவன் விருப்பத்திற்கு வளைந்து கொடுத்திருப்பார்கள் என்று எவர் வேண்டுமென்றாலும் கூறுவர். ஸ்போர்ஜாவிற்கு, பிராக்கெஸ்கி எப்போதும் எதிரிதான், ஆகவே அவர்கள் இருவரும் ஒருவரது செயலை மற்றொருவர் கண்காணித்துக் கொண்டிருந்தனர். ஃபிரான் செஸ்கோ தனது பேராசையை லம்பார்டியின் பக்கம் திருப்பினான்; பிராக்கியோ சர்ச்சுக்கு எதிராகவும், நேபிள்ஸ்

பேரரசுக்கு எதிராகவும் திரும்பினான். இதற்குச் சில காலத்திற்கு முன் நடந்தவற்றைக் காண்போம். பிளோரண்டைன்கள், பவோலோ விடெல்லியைத் தமது கேப்டனாக நியமித்தார்கள், இவர் மிகவும் முன்னெச்சரிக்கையும், புத்தி சாலித்தனமும் உள்ளவர், இவர் ஒரு சாதாரணக் குடிமகனாக இருந்து மிகவும் புகழுடையவராக உயர்ந்தவர். அவர் பிஸாவைக் கைப்பற்றியிருந்தால், பிளோரண்டைன்கள் அவரைத் தங்களுடன் வைத்திருப்பதில் அர்த்தமிருக்கிறது என்பதை எவரும் மறுக்கமாட்டார்கள், அவர் எதிரிகளிடம் பணி புரிந்தால் நிச்சயம் எவரும் எதிர்ககமுடியாது, அவர், பிளாரண்டைன்களுடன் இருந்ததால், அவருக்குப் பணிந்து செல்ல வேண்டியதாகிவிட்டது. வெனிஷியர்களின் வெற்றி களைப் பற்றிக் கூற வேண்டுமென்றால், அவர்கள் மிகவும் பாதுகாப்பாகச் செயல்பட்டு, வெற்றிகளைப் பெற்றதற்கான காரணம், அவர்கள் தங்களது சொந்த இராணுவத்தைப் போருக்கு அனுப்பியதுதான், அந்த இராணுவத்தில் இருந்த ஜென்டில்மேன்களும், பிளபியன்களும் மிகுந்த தீரத்துடன் போராடினார்கள். இது அவர்கள் நிலப்பகுதிகளில் போரிடத் துவக்குமுன் இருந்த நிலையாகும், ஆனால் அவர்கள் நிலப்பகுதிகளில் போரிடத் துவங்கிய பின், காலங்காலமாகத் தாங்கள் பின்பற்றி வந்த நல்ல வழிமுறைகளை விட்டுவிட்டு இத்தாலியின் வழிமுறைகளைப் பின்பற்றினர். அவர்களிடம் நிலப்பகுதிகள் அதிகம் இல்லாதபோதும், தங்களுடைய ஆட்சியை விரிவுபடுத்தத் துவங்கினர், அவர்களுடைய புகழ் காரணமாக அவர்கள் தங்களது கேப்டன்களைப் பற்றி எப்போதும் அச்சம் கொள்ளவில்லை; ஆனால் அவர்கள் கார்மைநோலாவின் கீழ் தங்களது எல்லைகளை விரிவுபடுத் தியதும், அவர்கள் தவறுகள் செய்வதில் ஆர்வம் மிகுந்தவர் களாக ஆகினர்; ஏனென்றால் அவர்கள் அவரை மிகப் பெரும் வீரனாக மதித்தனர். (இவரது தலைமையில் தான் மிலனின் டியூக்கை வெற்றி கொண்டனர்.) பின்னர் அவர் போர்களில் அதிக ஆர்வம் செலுத்திப் போரிடவில்லையென்று தெரிந்ததும், அவரது தலைமையின் கீழ் இனி வெற்றிகளை அடைய முடியாது என்ற அச்சம் கொண்டனர், இதனை ஒரு காரணமாக எடுத்துக் கொண்டு அவரை நீக்க முடியாது என்ற நிலையில், ஏற்கனவே வெற்றி கொண்டிருப்பவைகளை இழந்துவிடக்கூடாது என்று, தங்களைக் காப்பாற்றிக் கொள்வதற்காக, வேறு வழியின்றி, அவரைப் படுகொலை

செய்தனர். அதன் பிறகு பர்தலோமியோ டா பெர்காமோ, ரொபெர்டோ டா சான் செவரினோ, பிடிக்லியானோ பிரபு போன்றவர்களைத் தமது கேப்டன்களாக நியமித்துக் கொண்டனர். ஆனால் இவர்களின் தலைமையில் அவர்கள் தோல்வியைத் தான் சந்தித்தார்கள், பல தொல்லைகளுக் கிடையே போராடிப் பெற்று எண்ணூறு ஆண்டுகளாகத் தக்கவைத்துக் கொண்டிருந்த வைலாவையும் பின்னர் இழக்கவேண்டியதாகிவிட்டது. ஏனென்றால் இதுபோன்ற கூலிப் படைகளால் வெற்றிகள் கிடைத்தன, ஆனால் மிகவும் மெதுவாக, நீண்ட தாமதத்திற்குப் பிறகு, ஆனால் தோல்வி கள் உடனடியாகவும், எதிர்பாராமலும் நிகழ்கின்றன.

இதுபோன்ற உதாரணங்களுடன் நான் இத்தாலியைப் பற்றிக் கூறப்போகிறேன், இத்தாலி பல ஆண்டுகளாகக் கூலிப் படையினரால் ஆளப்பட்டது, இதைப் பற்றி மிகவும் சீரியஸ் ஆக விவாதிக்க விரும்புகிறேன், ஏனென்றால் அவர் களுடைய எழுச்சியையும், முன்னேற்றத்தையும் காணும் எவரும், அவர்களை எதிர்க்க வேண்டும் என்ற எண்ணம் தானாகவே வந்துவிடும். சமீப காலமாகத்தான் இத்தாலியப் பேரரசு விட்டுக் கொடுக்கப்பட்டது, போப்பிற்கு வானளா விய அதிகாரம் கிடைத்தபின் இத்தாலி பல நாடுகளாகப் பிரிக்கப்பட்டது, ஏனென்றால் இத்தாலியின் பல நகரங்களில் வசிக்கும் மக்கள், பிரபுக்களுக்கு எதிராக ஆயுதங்களை எடுக்கத் துவங்கிவிட்டனர், அந்தப் பிரபுக்கள் பேரரசரின் ஆதரவுடன் மக்களை நசுக்கிக் கொண்டிருந்தனர், அதே நேரம் சர்ச் தனக்கு வானளாவிய அதிகாரத்தை ஏற்படுத்திக் கொள்ள வேண்டுமென்று மக்களுக்கு ஆதரவு அளித்தது: இத்தாலியில் பல நாடுகளில் குடிமகன்கள் இளவரசர்களாக ஆனார்கள். இதன் மூலம், இத்தாலி ஓரளவிற்குச் சர்ச்சின் கைகளில் விழுந்தது, அதன் பின்னர் குடிமக்களின் ஆட்சி ஏற்பட்டது, சர்ச்சில் மதகுருமார்கள் இருந்தார்கள், குடியாட்சி யில் மக்கள் இருந்தார்கள், ஆனால் அவர்களைக் காத்துக் கொள்ளத் தேவையான இராணுவம் இல்லை, ஆகவே வெளி நாடுகளிலிருந்து இராணுவத்தைத் துணைக்கு அழைத்தனர்.

இதுபோன்ற படைகளுக்கு முக்கியத்துவம் கொடுத் தவர், ரோமக்னாவைச் சேர்ந்த அல்பெரிகோ டா கோனியோ, பிராக்கியோ மற்றும் ஸ்போர்ஜா இருவரும் அவரைப் பார்த்து இதுபோன்ற இராணுவத்தைப் பயன்படுத்தத்

துவங்கினர். அவர்கள் அப்போது இத்தாலியின் மீது தங்க ளுடைய ஆளுமையை வைத்திருந்தனர். அதன்பிறகு இத்தாலி சார்லஸால் ஆக்ரமிக்கப்பட்டது, லூயிஸால் கொள்ளை யடிக்கப்பட்டது, பெர்டினாண்டால் நாசமாக்கப்பட்டது, ஸ்வைட்ஜர்களால் அவமானப்படுத்தப்பட்டது. அவர்களது முக்கிய நோக்கம் என்னவென்றால், முதலில் அவர்களுடைய இராணுவத்தின் செல்வாக்கைக் குறைத்துத் தங்களுடைய இராணுவத்தின் பலத்தை அதிகப்படுத்தவேண்டும். அவர்கள் இதை எதற்காகச் செய்தார்கள் என்பதற்குக் காரணம் உண்டு, அவர்களுக்குக் கொடுக்கப்பட்ட ஊதியம் உயிர் வாழப் போதுமானதாக இல்லை, மேலும் அவர்களுக்கென்று ஒரு நாடில்லை, அவர்களால் இராணுவ வீரர்களை வைத்துக் காப்பாற்ற முடியவில்லை, இருந்த ஒரு சில படைகளும் அவர்களுக்கு நம்பிக்கையை அளிக்கவில்லை; ஆகவே அவர்கள் குதிரைப் படையை வைத்துக் கொள்ளவேண்டிய அவசியம் ஏற்பட்டது, இதனால் இருபதாயிரம் வீரர்களைக் கொண்ட ஒரு படையில், இரண்டாயிரம் காலாட் படையினர் இருப்பதே அரிதாக இருந்தது. இதுமட்டுமன்றி, போரில் ஈடுபடுவதால் ஏற்படும் உடல் மற்றும் மனச்சோர்விலிருந்தும், தங்கள் உயிர்களுக்கு ஏற்படும் ஆபத்துக்களிலிருந்தும் தப்பிக்க அனைத்து வித உபாயங்களையும் கையாண்டனர்; எதிரி களைக் கொல்வதைத் தவிர்த்து, அவர்களைக் கைதிகளாகப் பிடித்து வைத்துக் கொண்டு, அவர்களை மீட்கப் பணம் கொடுக்க வேண்டுமென்று மிரட்டினார்கள். அவர்கள் நகரங்களையும், படை வீடுகளையும், படைவீரர்களையும் இரவில் தாக்குவதில்லை; பெருஞ்சுவர்களையும், அகழிகளை யும் கொண்ட முகாம்களை முற்றுகையிடுவதில்லை, குளிர் காலங்களில் படையெடுத்துச் செல்வதைத் தவிர்த்தார்கள். இவை அனைத்தையும் அவர்களது இராணுவ விதிகள் அனுமதித்தன, இதுபோன்ற விதிகளை அவர்களே அமைத் துக் கொண்டிருந்தனர், நான் ஏற்கனவே கூறியதுபோல், உடல் மற்றும் மனச்சோர்வுகள் மற்றும் ஆபத்துக்களிலிருந்து தப்பிப்பதற்காக; இப்படி அவர்கள் இத்தாலி அடிமைப் படவும், வெறுக்கப்படவும் காரணமாக இருந்தார்கள்.

---

* ஆங்கிலக் கூலிப் படையினரின் கேப்டன் இத்தாலியர்கள் சர்.ஜான் ஹாக்வுட் என்று அழைத்தார்கள்.

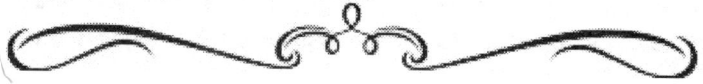

> "சில சமயங்களில் மனிதனின் அரைகுறையான புத்தி சாலித்தனத்தினால் வெளிப்பார்வைக்கு நன்றாக இருக்கும் ஒரு விஷயத்தில் உள்ளே மறைந்திருக்கும் விஷத்தை உணர்ந்துகொள்ள முடியாது.
>
> - நிகாலோ மேக்கியவல்லி

அத்தியாயம் - 13

துணைப் படைகள், கலப்புப் படைகள் மற்றும் சொந்தப் படைகள் பற்றி

துணைப் படைகள், இவை மற்றொரு பயனற்ற ஆயுதம், இவை ஒரு இளவரசனைப் பதவியேற்க அழைக்கும்போது, பாதுகாப்பிற்காக உடன் வருபவை, சமீப காலங்களில் போப் ஜூலியஸ் செய்தது போல்; ஏனென்றால், அவர் ஃபெர்ராரா விற்கு எதிராகக் களம் இறங்கியபோது, அவரிடம் மிகக் குறைந்த கூலிப் படையினர் மட்டுமே இருந்தனர், ஆகவே அவர் ஸ்பெயினின் அரசன் ஃபெர்டினாண்டுடன் ஒப்பந்தம் செய்துகொண்டு, அவரது படையினைத் தமது துணைப் படையாகப் பயன்படுத்திக் கொண்டார். அந்தப் படை மிகவும் பயனுடையதாக இருக்கலாம், நல்ல திறமையுடைய வர்களாக இருக்கலாம், ஆனால் அவர் அதனை எப்போதுமே பாதிப்பை உண்டாக்கும் படை என்றே அழைத்தார்; ஏனென்றால் தோல்வியின்போது அவர்கள் கைவிடப்பட்டனர், வெற்றியின் போது சிறைபிடிக்கப்பட்டனர்.

தொன்மையான வரலாறுகள் எப்போதும் முழுமை யான உதாரணங்களை நமக்கு விட்டுச் சென்றிருந்தாலும், சமீபத்தில் நிகழ்ந்த இரண்டாம் போப் ஜூலியஸைப் பற்றி விட்டுச் செல்ல விரும்பவில்லை, அந்தச் சம்பவத்தில் ஏற்பட்ட ஆபத்தைக் கண்டு கொள்ளாமல் விட்டுவிட முடி யாது; ஏனென்றால் அவர், ஃபெர்ராராவைப் பிடிப்பதற்கு விரும்பியபோது, முழுவதுமாக அன்னிய சக்திகளின் கை களுக்குள் விழுந்துவிட்டார். அவருடைய நல்லநேரம், அவருக்கு மூன்றாவது நிகழ்வு ஒன்றைக் கொண்டு வந்தது, அதனால் அவர் கண்மூடித்தனமாக மேற்கொண்ட நடவடிக்கையின் விளைவை அனுபவிக்க முடியவில்லை, ஏனென்றால் ராவென்

னாவில் அந்தத் துணைப் படையினர் முற்றிலுமாக அழிக்கப் பட்டபோது, ஸ்வைட்ஜர்கள் பொங்கி எழுந்தனர், எவரும் எதிர்பாராத விதத்தில் தங்களை ஆக்ரமித்தவர்களை விரட்டி யடித்தனர், அங்கிருந்த சூழ்நிலை முற்றிலுமாக மாறியது, படைகள் ஓடிய விட்ட நிலையில், அவர் தான் போரிட்ட வர்களிடம் தோல்வியுறாமல், வேறு ஒருவரிடம் தோல்வியுற வேண்டிய நிலை ஏற்பட்டது.

ஃபிளோரண்டைன்களிடம் எந்தவிதப் படைகளும் இல்லாதபோது, பிஸாவைப் பிடிப்பதற்காகப் பத்தாயிரம் பிரெஞ்சுப் படையினரை அனுப்பினர், அவர்கள் தங்கள் வாழ்நாளில் சந்தித்திராத துன்பங்களை அங்கே சந்தித்தனர்.

கான்ஸ்டான்டிநோபிள் பேரரசன், தனது அண்டை நாடுகளை அச்சமூட்டுவதற்காக, பத்தாயிரம் துருக்கி வீரர்களைக் கிரீஸுக்குள் அனுப்பினார், ஆனால் போர் முடிந்த பின்னரும் அந்தத் துருக்கி வீரர்கள் கிரீஸிலிருந்து தங்கள் நாடு திரும்ப விரும்பவில்லை, கிரீஸ் மத நம்பிக்கை யற்றவர்களிடம் அடிமையாவதற்கு இதுதான் துவக்கமாக இருந்தது.

ஆகவே, எவருக்கு வெற்றி பெறவேண்டும் என்ற ஆசை இல்லையோ அவர் இதுபோன்ற படையைப் பயன்படுத் தட்டும், ஏனென்றால் இவை கூலிப் படையை விடப் பல மடங்கு துன்பங்களை வரவழைக்கக் கூடியவை, ஏனென்றால் அழிவு என்பது அவர்களுடன் உடன் பிறந்தது; அவர்கள் அனைவரும் ஒற்றுமையாக இருப்பார்கள், பிறரிடம் கீழ்ப் படிந்து நடந்து கொள்வார்கள்; ஆனால் கூலிப் படையினர், அவர்கள் வெற்றி கொண்ட பிறகு, உங்களைக் காயப்படுத்த நல்ல சந்தர்ப்பத்தையும் எதிர்நோக்கிக் கொண்டிருப்பார்கள்; அவர்கள் அனைவரும் ஒரே இனம், மதத்தைச் சேர்ந்தவர்கள் அல்ல, அவர்கள் உங்களால் சேர்க்கப்பட்டவர்கள், உங்க ளிடம் ஊதியம் பெறுபவர்கள், நீங்கள் நியமிக்கும் அவர்களது தலைவன், உடனடியாக உங்களுக்குத் துன்பம் கொடுக்கும் எதையும் செய்துவிடமாட்டார். முடிவாக, கூலிப் படை யினரின் கோழைத்தனம் மிகவும் ஆபத்தானது; அதே சமயம் துணைப் படையினரின் வீரம் ஆபத்தானது; ஆகவே புத்தி சாலியான இளவரசன், இவற்றைத் தவிர்த்துவிட்டுத் தனக் கென்று சொந்தப் படையினை நிறுவிக் கொள்வான்; பிற படைகளைப் பயன்படுத்தி வெற்றி கொள்வதைவிடத் தன்

சொந்தப் படையினருடன் தோல்வியடையவே விரும்புவான், பிறருடைய படைகளைப் பயன்படுத்திப் பெற்ற வெற்றியை உண்மையான வெற்றியாக ஏற்றுக் கொள்ளமாட்டான்.

சிசரே போர்கியாவின் செயல்களைக் குறிப்பிடுவதற்கு நான் எப்போதுமே தயங்கமாட்டேன். டியூக் பிரெஞ்சுப் படைகளின் உதவியுடன் ரோமக்னாவிற்குள் நுழைந்தான், அவன் அழைத்துச் சென்றது பிரெஞ்சுப் படைகளை மட்டுமே, அவர்களைப் பயன்படுத்தி இமோலாவையும், ஃபோர்லியையும் கைப்பற்றினான்; ஆனால் பின்னர் அந்தப் படையினரை நம்பி எதுவும் செய்யமுடியாது என்ற நிலையில், அவன் கூலிப் படையினரின் உதவியை நாடினான், அவர்களால் ஆபத்து குறைவு என்று நினைத்தான், ஆர்ஸினியையும், விடெல்லியையும் சேர்த்துக் கொண்டான்; ஆனால் அவர்களுடன் பணிபுரியும் போதுதான் அவர்கள் நம்பிக்கைத் துரோகிகள் என்றும், ஆபத்தானவர்கள் என்றும் கண்டான், அவன் அவர்களை அழித்துவிட்டு, தனக்குச் சாதகமானவர்களைச் சேர்த்துக் கொண்டான். அந்த இரு படைகளுக்கிடையே உள்ள வேறுபாடுகளை மிகச் சுலபமாக அறிந்து கொள்ளலாம், அப்படி வேறுபாடுகளை உற்று நோக்கும்போது, டியூக் பிரெஞ்சுப் படைகளைச் சேர்த்துக் கொண்ட போதும், ஆர்ஸினி மற்றும் விடெல்லியைச் சேர்த்துக் கொண்டபோதும் குறைந்த அவரது மதிப்பு, அவர் தனது சொந்த இராணுவத்தைப் பயன்படுத்தியபோது அவரது மதிப்பு பலமடங்கு உயர்ந்தது.

நான், உதாரணங்களுக்காக இத்தாலியை விட்டுவிட்டு விலகிச் செல்லப் போவதில்லை, ஆனால் சைராக்யூசனின் ஹெய்ரோவை விட்டுவிட்டுச் செல்ல மனமில்லை, நான் ஏற்கனவே கூறியவர்களில் இவனும் ஒருவன். நான் ஏற்கனவே கூறியது போல் இவன் சைராக்யூசன்களால் அவர்களுடைய இராணுவத்தின் தலைவனாக நியமிக்கப்பட்டான், இத்தாலியின் கான்டோடியரியைப் போல் அவனிடமிருந்தது ஒரு கூலிப்படை என்று தெரிந்தது, அதனால் எந்தப் பயனும் இல்லை என்று தெரிந்தது; அவனால் அவற்றை வைத்துக் காப்பாற்றவும் முடியாது, விட்டு விலகவும் முடியாது என்று தெரிந்ததும், அவர்களைக் கலைத்து வெவ்வேறு பணிகளுக்கு அனுப்பிவிட்டுத் தனக்கென்று சொந்தமாக ஒரு படையை அமைத்துக் கொண்டு போரிட்டான்.

இந்தத் தலைப்பிற்குப் பொருத்தமான ஒரு நிகழ்வைப் பழைய ஏற்பாட்டிலிருந்து நினைவுபடுத்த விரும்புகிறேன். ஃபிலிஸ்டைன் சாம்பியன் கோலியாத்துடன் போரிடுவதற்கு டேவிட் தன்னையே சவுலிடம் ஒப்படைத்தான், டேவிட்டுக் குத் தைரியமூட்டுவதற்காக சவுல் தனது சொந்த ஆயுதங்களை அவனுக்கு வழங்கினான்; அவை தன் முதுகில் சுமத்தப் பட்டதும் டேவிட் அவற்றைப் பயன்படுத்த முடியாது என்று மறுத்தான், அவன் தன்னுடைய கவணையும், ஒரு கத்தியை யும் பயன்படுத்தி எதிரியைச் சந்திக்க விரும்பினான். முடி வாக, பிறருடைய ஆயுதங்கள் உங்கள் முதுகிலிருந்து கீழே விழலாம், அல்லது அவை உங்களையே அழுத்திவிடலாம், அல்லது அவை உங்கள் கண்களையே மறைத்துவிடலாம்.

அரசன் பதினொன்றாம் லூயிஸின் தந்தை ஏழாம் சார்லஸின் நல்அதிர்ஷ்டமும், வீரமும் ஆங்கிலேயரிட மிருந்து பிரான்ஸை விடுவித்தது, அவன் தன்னுடைய சொந்த இராணுவமும் ஆயுதங்களுமே தேவைகளை நிறைவேற்றும் என்று அறிந்ததால், அவனுடைய பேரரசில் அனைவரும் ஆயுதப் பயிற்சிகள் எடுத்துக் கொள்ளவேண்டுமென்றும், படையில் சேருவது கட்டாயம் என்றும் ஆணைகளைப் பிறப்பித்தான். பின்னாளில் அவனுடைய மகன் லூயிஸ், காலாட் படைகளைக் கலைத்துவிட்டு, ஸ்வைட்ஜர்களைச் சேர்த்துக் கொண்டான், அனைவரும் செய்த தவறுகளையே இவனும் செய்தான், இதனால் அவனுடைய பேரரசிற்குப் பெரும் துன்பங்களை அவனே வரவழைத்துக் கொண்டான்; ஏனென்றால், ஸ்வைட்ஜர்களைச் சேர்த்து அவர்களுக்கு மரியாதையை ஏற்படுத்திக் கொடுத்த அவன், தன்னுடைய சொந்தப் படைகளின் மதிப்பை அவனே குறைத்துவிட்டான், அதற்காகத் தன் காலாட் படையைச் சுத்தமாக அழித்துக் கொண்டான்; தனது ஆயுதப் பயிற்சி பெற்ற மக்களை, ஸ்வைட்ஜர்களுடன் இணைந்து போரிடுமாறு செய்தான், ஏனென்றால் ஸ்வைட்ஜர்கள் அவர்களுக்கு மிகவும் பழக்க மானவர்கள் தான் என்று நினைத்தான், இப்படியாகப் பிரெஞ்சுப் படை, ஒரு பகுதி கூலிப் படையினரையும், ஒரு பகுதி சொந்த மக்களையும் கொண்ட ஒரு கலவைப் படையாக மாறியது, கூலிப் படைகள் மட்டும் அல்லது துணைப் படைகள் மட்டும் இருப்பதற்கு இந்தக் கலவைப் படையினர் பரவாயில்லை என்று நினைக்கத் தோன்றியது, இருப்பினும் இவை சொந்தப் படைகளுக்கு ஈடாகமாட்டா

சார்லஸ் கொண்டு வந்த இராணுவ சீர்திருத்தங்கள் இன்னும் விரிவுபடுத்தப்பட்டிருந்தால், சரியாகச் செயல்படுத்தப் பட்டிருந்தால், பிரெஞ்சுப் பேரரசு ஒரு வெற்றி கொள்ள முடியாத பேரரசாக இருந்திருக்கும் என்று இது நிரூபிக்கிறது.

சில சமயங்களில் மனிதனின் அரைகுறையான புத்தி சாலித்தனத்தினால், வெளிப்பார்வைக்கு நன்றாக இருக்கிறது என்று தெரிகின்ற ஒரு விஷயத்தில், உள்ளே மறைந்திருக்கும் விஷத்தை உணர்ந்துகொள்ள முடியவில்லை. ஆகவே, ஒரு நாட்டை ஆள்கின்ற இளவரசன், கெடுதலான விஷயங்களை உணர்ந்து கொள்வதில்லை, அவை அவனைப் பாதிக்கும் வரை; இதனை உணர்ந்து கொள்பவர்கள் ஒரு சிலர் மட்டுமே. ரோமன் பேரரசிற்கு முதலில் ஏற்பட்ட அழிவைப் பார்க் கும்போது, அவர்கள் கோத்துகளைச் சேர்த்துக் கொண்டதி லிருந்து தான் அது துவங்கியது என்று காணலாம்; ஏனென் றால் அப்போது ரோமன் பேரரசின் திறன் குறையத் துவங்கி யிருந்தது, அந்தத் திறன் மற்றவர்களுக்குச் சென்றுவிட்டது.

ஆகவே நான் முடிவாகக் கூறுகிறேன், எந்த ஒரு இளவரசனின் நாடும், அதற்கென்று சொந்தமாக இராணுவம் இல்லையென்றால் பாதுகாப்பாக இருக்க முடியாது; அதற்கு மாறாக, அதனுடைய நல் அதிர்ஷ்டம், திறன் அல்ல, மட்டுமே துன்பங்களிலிருந்து அவற்றைக் காக்க முடியும். தன்னிட மிருக்கும் சொந்தத் திறனையும், நல்ல பெயரையும் அறிந்து கொள்பவர்களுக்கு, நிச்சயமற்றவை அல்லது நிலையற்றவை என்று எதுவும் இருக்கமுடியாது என்பதே எப்போதும் புத்திசாலிகளின் அபிப்பிராயம் மற்றும் தீர்ப்பாக இருக்கும். நான் கூறிய யோசனைகளின்படி விதிகள் பின்பற்றப் பட்டால், தன்னுடைய சொந்த இராணுவத்தை வழிநடத்தும் வழிகளைச் சுலபமாக அறிந்துகொள்ளலாம், மகா அலெக் ஸாண்டரின் தந்தை ஃபிலிப் மற்றும் பல குடியாட்சிகளில், பல இளவரசர்கள் எப்படித் தங்களுக்கென்று ஒரு சொந்த இராணுவத்தை அமைத்துக் கொண்டார்கள் என்று கவனித் தால், நான் கூறிய விதிகள் என்னவென்று புரியும்.

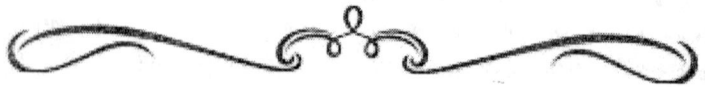

> "ஆயுதங்களற்று இருப்பவன், ஆயுதங்களோடு இருப்பவனுக்குப் பணிந்து செல்லவேண்டும் என்று நினைப்பதும், ஆயுதங்களற்றவர்களை ஆயுதம் தாங்கியவர் தான் பாதுகாக்கவேண்டும் என்று நினைப்பதும் சரியல்ல."
> -நிகாலோ மேக்கியவல்லி

அத்தியாயம் - 14

ஒரு இளவரசன் போர் செய்யும் கலையைத் தெரிந்து கொள்ள வேண்டிய அவசியம் பற்றி

போரைப் பற்றியும் அதன் விதிகளைப் பற்றியும், அதில் தேவைப்படும் ஒழுக்கத்தைப் பற்றியும் அறிந்து கொள்வதைத் தவிர, ஒரு இளவரசனுக்கு வேறு எந்த நோக்கமும், எந்த எண்ணமும் இருக்கக்கூடாது, வேறு எதையும் கற்றுக் கொள்ளத் தேர்ந்தெடுக்கக்கூடாது; ஏனென்றால் ஆட்சி செய்யும் ஒருவனுக்கு இந்த கலை மட்டுமே சொந்தமானதாக இருக்கவேண்டும், அப்படிப்பட்ட சக்தி வாய்ந்த இந்தக் கலை இளவரசனாகப் பிறந்தவனை மட்டுமல்ல, ஒரு தனிநபராக இருந்து இளவரசனாக உயர்ந்தவனையும் மிகப் பெரிய நிலையில் வைத்துவிடும். இதற்கு மாறாக, போரையும் இராணுவத்தையும் துச்சமாக மதித்தவர்கள் தங்களுடைய நாடுகளை இழந்துவிட்டதைப் பார்க்கலாம். உங்களுக்குத் தோல்வி ஏற்படுமானால், அதன் முதற்காரணமே போர்க் கலையைத் தவிர்த்ததுதான்; உங்களால் ஒரு நாட்டைப் பிடிக்க முடிந்தது என்றால் அதற்கு நீங்கள் போர்க்கலையில் சிறந்தவராக இருப்பதுதான். ஃபிரான்செஸ்கோ ஸ்போர்ஜா, மிகப்பெரும் வீரனாக இருந்ததால், ஒரு சாதாரணக் குடிமகன் என்ற நிலையிலிருந்து மிலனின் டியூக் ஆக முடிந்தது; அவரது மகன்கள் போரை ஒரு சிரமமான விஷயமாக, துன்பமான விஷயமாக நினைத்து அதனைத் தவிர்த்ததால் சாதாரணக் குடிமக்கள் ஆனார்கள். ஆயுதங்களற்று இருப்பதால் வரக்கூடிய கெடுதல்களில் ஒன்று, பிறர் உங்களைக் கேவலமாக நினைப்பதற்கு அது காரணமாகிவிடுகிறது, இது ஒரு இளவரசனுக்கு ஏற்படக்கூடிய அவமதிப்புகளில் ஒன்றாகும், இதிலிருந்து அவன் தன்னைக் காத்துக்கொள்ள

வேண்டும். ஆயுதங்களைக் கொண்டிருப்பதற்கும், ஆயுதங்களற்று இருப்பதற்கும் பெரிய வித்தியாசம் ஒன்றுமில்லை; அத்துடன் ஆயுதங்களற்று இருப்பவன், ஆயுதங்களோடு இருப்பவனுக்குப் பணிந்து செல்லவேண்டும் என்று நினைப்பது சரியல்ல அல்லது ஆயுதங்களற்றவர்களை ஆயுதந் தாங்கியவர் தான் பாதுகாக்கவேண்டும் என்று நினைப்பதும் சரியல்ல. ஏனென்றால் அங்கே ஒருவரிடம் இகழ்ச்சியும், மற்றொருவரிடம் சந்தேகமும் இருக்கும், ஆகவே அவர்கள் இருவரும் ஒன்றாகப் பணிபுரிவது நடக்காத காரியம். ஆகவே, போரிடும் கலையை அறிந்துகொள்ளாத இளவரசன், ஏற்கனவே விவரித்தபடி, அவனது படைவீரர்களால் மதிக்கப்பட மாட்டார்கள், அத்துடன் அவன், அவர்களை நம்பி எந்தக் காரியத்திலும் இறங்க முடியாது. ஆகவே அவன் போரிடும் கலையை விட்டு வேறு எண்ணங்களுக்குச் செல்லக்கூடாது, அத்துடன் போர் இல்லாத காலங்களில், அவனுடைய போர் வீரர்கள் முறையாகப் போர்ப் பயிற்சி எடுத்துக் கொள்வதை உறுதிப்படுத்த வேண்டும், ஒன்று செயலாக இருப்பதன் மூலம், மற்றொன்று கவனமாக இருப்பதன் மூலம். செயலாக இருப்பது என்றால், படைவீரர்களை அணிவகுப்பது, பயிற்சி அளிப்பது, எதிரிகளை எப்படித் தொடர்ந்து சென்று விரட்டியடிப்பது போன்ற பயிற்சிகள் அவர்களது உடலைக் கட்டுக்குள் வைத்திருக்கும், அத்துடன் அவர்கள் போரிடப் போகும் இடத்தின் இயற்கை அமைப்பு, பள்ளத்தாக்குகளின் அமைப்பு, பீடபூமிகள், ஆறுகள், சதுப்பு நிலங்கள் ஆகியவற்றின் அமைப்புகளை அறிந்துகொண்டு, அவற்றைத் தனக்குச் சாதகமாகப் பயன்படுத்துவது எப்படி என்று தெரிந்து கொள்ளவேண்டும். முதலில், அவன் தன் நாட்டைப் பற்றி முழுவதுமாகத் தெரிந்திருக்க வேண்டும், அத்துடன் அதன் பாதுகாப்பை உறுதி செய்யவேண்டும்; பிறகு போர் செய்யப் போகும் பகுதிகளைக் கண்காணிப்பின் மூலம் அறிந்து கொள்ள வேண்டும், ஏனென்றால் மலைகள், பள்ளத்தாக்குகள், பீடபூமிகள், ஆறுகள் மற்றும் சதுப்பு நிலங்கள் ஆகியவை, உதாரணமாக டஸ்கனியில் உள்ளது போல், உள்நாட்டில் இருப்பதைப் போன்றே பிறநாடுகளிலும் இருப்பதற்கு வாய்ப்புக்கள் உண்டு, ஆகவே தன் நாட்டில் உள்ள இவைகளைப் பற்றிய முழு அறிவைப் பெற்றிருந்தால், பிற நாடுகளின் அமைப்பைப் பற்றிச் சுலபமாகக் கணிக்க முடியும். ஒரு படையின் தலைவனுக்கு இருக்க வேண்டிய இந்த அறிவு

இல்லாத ஒரு இளவரசன், தனக்குத் தேவையான அனைத்தையும் இழக்கிறான். ஏனென்றால் இந்த அறிவு எதிரியைத் திணறவைப்பது எப்படி என்று கற்றுக் கொடுக்கும், அத்துடன் படை வீடுகளை அமைப்பது, படையை நடத்துவது, போர்க் களத்தில் எப்படி நடந்து கொள்வது, எதிரிகளின் நகரங்களை முற்றுகையிடுவது மற்றும் முன்னேறுவது எப்படி என்று இந்தக் கலை கற்றுக் கொடுக்கும்.

ஆகாயியன்களின் இளவரசன் பிலிப்போமென், வரலாற்றாசிரியர்களால் தலைவணங்கப்பட்ட ஒருவன், அவர்கள் எப்போதுமே அவனைப் புகழ்வார்கள், ஏனென்றால் அமைதிக்காலங்களில் கூட அவன் மனதில் போர் விதிகளைத் தவிர வேறு எதுவும் இருந்ததில்லை; அவன் தனது நாட்டில் தனது நண்பர்களுடன் இருக்கும்போது அவர்களுடன் தர்க்கத்தில் ஈடபடுவான்: “எதிரிகள் அந்த மலையின் மீது இருக்கும்போது, நாம் இங்கே நமது இராணுவத்துடன் இருக்கின்றோம் என்று வைத்துக் கொள்ளுங்கள், யாருக்கு இது சாதகமாக இருக்கும்? அவர்களை நோக்கி எப்படி முன்னேறுவது? நாம் பின்வாங்குவதாக இருந்தால், அதனை எப்படிச் செய்வது? அவர்கள் பின்வாங்குவதாக இருந்தால், நாம் எப்படி தொடருவது?” இதை அவன் நேரில் சென்றது போல் நடத்திக் காட்டுவான், அத்துடன் எதிரிகளைத் தோல்வியுறச் செய்ய என்னென்ன நடவடிக்கைகளை எடுத்தான் என்றும் கூறுவான்; இதைப் பற்றித் தன் நண்பர்களின் அபிப்பிராயத்தைக் கேட்பான், இதுபோன்ற தொடர் விவாதங்கள் இருந்ததால் தான் போரின்போது, எந்தவித அபாயமான சூழ்நிலைகள் வந்தாலும் அவனால் எதிர் கொள்ள முடிந்தது.

ஆனால் இதுபோன்ற புத்திசாலித்தனமான செயல்களைச் செயல்படுத்த வேண்டுமென்றால், ஒரு இளவரசன் வரலாற்றைப் படிக்க வேண்டும், வரலாற்றில் உள்ள புகழ் மிக்கவர்களின் வீரதீரச் செயல்களைப் படித்துத் தெரிந்து கொள்ளவேண்டும், அவர்கள் போர்களில் எப்படித் தாக்குதல்களை நடத்தினார்கள் என்று பார்க்கவேண்டும், அவர்களுடைய வெற்றி, தோல்விகளை ஆராயவேண்டும், அப்போது தான் தோல்வியைத் தவிர்த்து, வெற்றியை ருசிக்கமுடியும்; புகழ்பெற்ற மனிதர்களை உதாரணமாக எடுத்துக் கொண்டு அவர்களுடைய நற்செயல்களை அவன் எப்போதும் மனதில் நிறுத்திக் கொள்ள வேண்டும். மகா அலெக்ஸாண்டர் அச்சிலெஸ்ஸையும், சிசர் அலெக்ஸாண்டரையும், சிபியோ

சைரஸையும் பின்பற்றினார்கள் என்று கூறப்படுகிறது. ஜெனோஃபோன் எழுதிய சைரஸின் வாழ்க்கையைப் படிக்கும் எவரும், சிபியோவின் வாழ்க்கையில் அந்தப் பின்பற்றுதல் எவ்வளவு புகழைக் கொடுத்தது என்று அறிந்து கொள் வார்கள், ஒழுக்கத்திலும், பணிவிலும், மனிதாபிமானத்திலும் மற்றும் பரந்த மனப்பான்மையிலும் சைரஸைப் பற்றி ஜெனோஃபோன் எழுதியதை சிபியோ உறுதி செய்தான். ஒரு புத்திசாலியான இளவரசன், அமைதிக் காலங்களில் சோம்பேறித் தனமாக இருக்கக்கூடாது என்ற விதியை ஏற்படுத்திக் கொள்ள வேண்டும், ஆனால் அவன் தனது ஆட்சியைத் தக்கவைத்துக் கொள்ளத் தேவையான அடிப்படை விஷயங் களை மிகவும் கடின உழைப்பைப் பயன்படுத்தி அதிகப் படுத்திக் கொள்ள வேண்டும், அப்போதுதான் அவற்றை வைத்து ஆபத்துக் காலங்களில் அவனால் சமாளிக்க முடியும், அதே சமயம் அவனது அதிர்ஷ்டம் திசை மாறும்போது, அவனுக்கு ஏற்படும் துன்பங்களைத் தீர்த்துக் கொள்ள முடியும்.

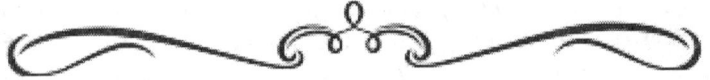

> "நமக்கு நல்லவையாகத் தோன்றும் சில விஷயங்களை அப்படியே யோசிக்காமல் பின்பற்ற நினைத்தால் அழிவு தான் ஏற்படும்; சில சமயங்களில் கெட்டவை என்று தோன்றும் விஷயங்கள் கூட செயல்படுத்தும் போது புகழ் தேடி வரும்."
>
> -நிகாலோ மேக்கியவல்லி

அத்தியாயம் - 15

எதற்காக மனிதர்கள், குறிப்பாக இளவரசர்கள் புகழப்படுகிறார்கள் அல்லது குறைகூறப்படுகிறார்கள் என்பது பற்றி

ஒரு இளவரசன் தனது குடிமக்களிடமும், நண்பர்களிடமும் எப்படி நடந்து கொள்ளவேண்டும் என்று பார்க்க வேண்டியிருக்கிறது. எனக்குத் தெரிந்தவரை பலர் இதைப் பற்றி எழுதியிருக்கிறார்கள், அதை மீண்டும் நான் எழுதுவதற்கு மிகுந்த துணிச்சல் வேண்டும் என்று கூறுவார்கள் என்று எதிர்பார்க்கிறேன், குறிப்பாக இதை விவாதிக்கும்போது மற்றவர்களின் வழிமுறைகளிலிருந்து நான் சற்றே விலகிச் செல்லப் போகிறேன். இதை எவர் புரிந்து கொள்கிறார்களோ, இது எவருக்குப் பயனுள்ளதாக இருக்கிறதோ, அவர்களுக்காக இதை எழுதவேண்டும் என்று விரும்புகிறேன், கற்பனையாக எதையும் எழுதுவதைவிட நடந்த உண்மையை எழுதுவது பொருத்தமாக இருக்கும் என்று எனக்குத் தோன்றுகிறது; ஏனென்றால் பலர் நாம் அறியாத, நாம் பார்க்காத குடியாட்சிகளைப் பற்றியும், இளவரசர்களைப் பற்றியும் படம் பிடித்துக் காட்டியுள்ளனர், ஏனென்றால் ஒருவர் எப்படி வாழ்கிறார் என்பதற்கும், எப்படி வாழவேண்டும் என்பதற்கும் வேறுபாடு உண்டு, என்ன செய்தோம் என்பதைத் தள்ளிவைத்துவிட்டு, என்ன செய்ய வேண்டும் என்று பார்ப்பதும் தவறுதான், அது அவனைப் பாதுகாக்காது, விரைவில் அழிவுதான் ஏற்படும்; ஏனென்றால் ஒரு மனிதன் அவனுடைய பணியில் நல்ல செயல்களை மட்டுமே செய்து கொண்டிருக்க வேண்டும் என்று விரும்புகிறவன், விரைவில் அழிந்துவிடக் கூடிய கெடுதல்களை சந்திக்கின்றான்.

ஆகவே தனது நாட்டைத் தக்கவைத்துக் கொள்ள விரும்பும் ஒரு இளவரசனுக்குத் தேவையானது என்னவென்றால், அவன் கெட்ட செயல்களையும் செய்வதற்குக் கற்றுக் கொள்ளவேண்டும், அதனைப் பயன்படுத்துகிறானோ இல்லையோ. ஆகவே ஒரு இளவரசனைப் பற்றிக் கற்பனையான விஷயங்களைத் தள்ளிவைத்துவிட்டு, உண்மையான விஷயங்களை விவாதிப்போம், அனைத்து மனிதர்களைப் பற்றிப் பேசும் போது, குறிப்பாக இளவரசர்களை, ஏனென்றால் அவர்கள் உயர்ந்த பதவியில் இருப்பவர்கள், அவர்கள் சில குணங்களைக் கொண்டிருப்பார்கள், அவை புகழப்படுபவைகளாகவோ அல்லது குறைகூறப்படுபவைகளாகவோ இருக்கும்; இதில் ஒன்று பரந்த மனப்பான்மை, மற்றொன்று கருமித்தனம், இங்கு ஒரு டஸ்கான் வார்த்தையைப் பயன்படுத்துகிறேன் (ஏனென்றால் ஒரு பேராசையுடைய மனிதன், எங்களுடைய மொழியில் கொள்ளையடித்துப் பொருட்களைச் சேர்ப்பவன், அதே சமயம் தான் சேர்த்து வைத்துள்ள பொருளைப் பயன்படுத்தாமல் வைத்துக் கொள்பவன் தான் கருமி): ஒருவன் பெருந்தன்மையுடையவன், ஒருவன் பேராசைக்காரன், ஒருவன் கொடுமைக்காரன், ஒருவன் இரக்கமுடையவன்; ஒருவர் நம்பிக்கைத் துரோகி, ஒருவர் நம்பிக்கைக்குகந்தவர்; ஒருவர் பெண் தன்மையுடையவர் மற்றும் கோழை, மற்றொருவர் துணிச்சலானவர் மற்றும் தைரியம் மிகுந்தவர்; ஒருவர் இனிமையுடன் பேசுபவர், மற்றொருவர் கர்வம் மிகுந்தவர்; ஒருவர் காம இச்சை மிகுந்தவர், மற்றொருவர் ஒழுக்கமுடையவர்; ஒருவர் நேர்மையானவர், மற்றொருவர் கள்ளத்தனம் மிகுந்தவர்; ஒருவர் மிகவும் கரடுமுரடானவர், மற்றொருவர் சுலபமாக அணுக முடிந்தவர்; ஒருவர் புதைகுழியில் தள்ளி விடுபவர், மற்றொருவர் விளையாட்டுத்தனமானவர்; ஒருவர் மதநம்பிக்கையுடையவர், மற்றொருவர் மதநம்பிக்கையற்றவர் என்ற குணங்களைப் போன்று மேலே கொடுக்கப்பட்டவற்றுள் நல்ல பண்புகள் என்று எவை தோன்றுகின்றனவோ, அவற்றை ஒரு இளவரசன் கொண்டிருப்பானேயானால் அவன் மிகவும் மதிக்கப்படுவான் என்று எவரும் ஒத்துக் கொள்வார்கள் என்று எனக்குத் தெரியும்; ஆனால் இவை அனைத்தையும் ஒருங்கே பெற்றிருக்கவோ, அல்லது செயல்படுத்தவோ முடியாது, ஏனென்றால் மனிதனின் குணங்கள் அவற்றை அனுமதிக்காது, ஒரு இளவரசனுக்குப் போதுமான அளவு புத்திசாலித்தனமும், முன்னெச்சரிக்கையும் இருக்க வேண்டியது

அவசியம், அப்போதுதான் தனது நாட்டை இழப்பதற்குக் காரணமாக இருக்கும் கெட்ட செயல்களைத் தவிர்ப்பது எப்படி என்று தெரிந்துகொள்ளமுடியும்; அவன் மீது வரக்கூடிய பழிச் சொற்களிலிருந்து, முடியுமானால் அவன் தன்னை விலக்கிக் கொள்ள வேண்டும்; ஆனால் இது முற்றிலும் சாத்தியமில்லை, மீண்டும் கூறுகிறேன், இது போன்ற பழிச்சொற்கள் வந்தால் அவற்றைப் பற்றி அவன் மனம் வருந்தவேண்டியதில்லை, நமக்கு நல்லவையாகத் தோன்றும் சில விஷயங்களை நன்கு பரிசீலிக்க வேண்டும், அவற்றை அப்படியே யோசிக்காமல் பின்பற்ற நினைத்தால் அழிவு தான் ஏற்படும்; சில சமயங்களில் கெட்டவை என்று நமக்குத் தோன்றும் விஷயங்கள்கூட செயல்படுத்தும்போது புகழ் தேடிவரும்.

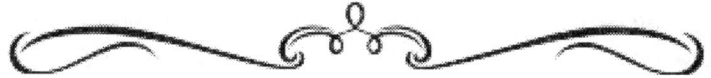

> "தாராள மனப்பான்மையின் மூலம் பெயரைக் கெடுத்துக் கொண்டு இகழ்ச்சி மற்றும் வெறுப்பைச் சம்பாதித்துக் கொள்வதைவிடக் கஞ்சத்தனத்தைக் கைக்கொள்வது புத்திசாலித்தனம்."
>
> - நிகாலோ மேக்கியவல்லி

அத்தியாயம் - 16

தாராளமான மனப்பான்மை மற்றும் தாராளமற்ற மனப்பான்மைகளைப் பற்றி

மேலே சொல்லப்பட்டுள்ள பண்புகளில் முதலில் குறிப்பிடப்பட்டுள்ளதைப் பற்றித் துவங்குமுன், அது மதிப்பைத் தரக்கூடிய தாராள மனப்பான்மையாக இருக்க வேண்டும் என்று சொல்கிறேன். இருந்தபோதிலும், தாராள மனப்பான்மையைச் செயல்படுத்தும்போது, அது எந்தவிதத் திலும் உங்களுக்குத் துன்பம் அளிக்கக்கூடியதாகவும், உங்க ளுடைய மதிப்பைக் கெடுக்கக் கூடியதாகவும் இருக்கக் கூடாது; ஏனென்றால் ஒருவர் அதனை நேர்மையாகச் செயல்படுத்தும்போது, அதனை அப்படித்தான் செயல்படுத்த வேண்டும், அது வெளிஉலகிற்குத் தெரியாது, அதனால் நம்மைப் பழிகூறுவதை நாம் தவிர்க்கவும் முடியாது. ஆகவே, ஒருவர் தான் தாராள மனப்பான்மை கொண்டவர் என்பதை மனிதர்களிடையே நிலைநிறுத்திக் கொள்ள விரும்பினால், தன்னுடைய சிறப்புக்களைத் தானே பெருமையடித்துக் கொள்வதைத் தவிர்க்க வேண்டும்; ஒரு இளவரசன், தனது மக்களைத் தன் பக்கம் இழுத்துக்கொள்ள வேண்டுமானால், தாராள மனதுடையவன் என்ற பெயரைத் தக்கவைத்துக் கொள்ள வேண்டுமானால், அவன் தனது மக்களை மிகவும் குறைவாக எடை போடக்கூடாது; அவர்களைத் தேவை யின்றி துன்புறுத்தக்கூடாது, வருமானம் கிடைக்கிறது என்ப தற்காக எதையும் செய்யக்கூடாது. இது மிக விரைவில் அவனது மக்களை வெறுப்படையச் செய்யும், அவனிட மிருக்கும் செல்வம் குறைந்துவிட்டால் எவரும் அவனை மதிக்கமாட்டார்கள்; அவனுடைய தாராள மனப்பான்மை யினால் பலரைத் துன்புறுத்தியும், சிலருக்கு மட்டும் உபயோக முள்ளவனாகவும், துவக்கத்திலேயே ஆபத்தை வரவழைத்துக்

கொள்பவனாகவும் இருக்கின்றான்; இதனை அறிந்த பின், அதிலிருந்து மீண்டு வர எண்ணி உடனே கருமியாக மாறி விடுகிறான்.

ஆகவே, ஒரு இளவரசன், தாராள மனப்பான்மை என்ற நற்குணம் இதுதான் என்று அனைவரும் அறிந்து வைத்துள்ள படி அதனைச் செயல்படுத்த இயலாமல் இருக்கின்றான், அவன் புத்திசாலியாக இருந்தால், அவன் தன்னைத் தாராள மனப்பான்மை இல்லாதவன் என்று கூறப்படுவதைக் கண்டு அச்சப்படமாட்டான், ஏனென்றால் சில சமயங்களில் தாராள மனப்பான்மை உடையவன் என்பதைவிடத் தாராள மனப் பான்மை இல்லாதவன் என்பது அவனுக்கு நல்ல பெயரைப் பெற்றுக் கொடுக்கும், அவனுடைய பொருளாதாரம், வரு மானம் ஆகியவை போதுமானதாக இருப்பதைக் கண்டு, இது போன்ற தாக்குதல்களிலிருந்து தன்னைக் காப்பாற்றிக் கொள்கிறான், மக்களுக்கு எந்தவித சுமைகளும், துன்பங் களும் அளிக்காமல் தனது ஆட்சியை நடத்த முடிகிறது. ஆகவே, ஒட்டுமொத்த முடிவாகச் சொல்ல வேண்டு மென்றால், அவன் எவரிடமிருந்தும் எதையும் பெறவில் லையோ அவர்களிடம் தாராளமாக இருக்கின்றான், ஏனென் றால் அவர்கள் எண்ணிக்கையில் அதிகம், எவருக்கு அவன் எதுவும் கொடுக்கவில்லையோ அவர்களிடம் அவன் குறுகிய மனப்பான்மை கொண்டவனாக இருக்கின்றான், ஏனெனில் அவர்கள் எண்ணிக்கையில் மிகவும் குறைவு.

நம் காலங்களில் தாராள மனப்பான்மை இல்லாதவர் கள் என்று நாம் நினைப்பவர்களைத் தவிர வேறு எவரும் சிறப்பாகச் செயல்பட்டதாகத் தெரியவில்லை; மற்றவர்கள் தோல்வியையே சந்தித்திருக்கிறார்கள். இரண்டாம் போப் ஜூலியஸ், தாராள மனப்பான்மை கொண்டிருந்ததால் போப்பின் அதிகாரத்தைக் கைப்பற்ற உதவி செய்யப்பட்டார், இருந்த போதிலும், பிரான்ஸின் அரசனுடன் போர் தொடுத்த போது, தனது அதிகாரத்தைத் தக்கவைத்துக் கொள்ள எதுவும் செய்யவில்லை; அத்துடன் தனது மக்களின் மீது அதீதமான வரிகள் எதுவும் சுமத்தாமல் பல போர்களை நடத்தினார், ஏனென்றால், அவருடைய நீண்ட காலச் சேமிப்பிலிருந்து இந்த அதிகப்படியான செலவுகளைச் செய்து கொண்டார்: இப்போதைய ஸ்பெயின் அரசன் பரந்த மனப்பான்மையுடன் இருந்திருந்தால் இத்தனை அதிகமான

வெற்றிகளை அடைந்திருக்கமாட்டான். ஆகவே, ஒரு இளவரசன், தனது வருவாய்க்காகத் தனது குடிமக்களைச் சுரண்டாமல் இருந்தால், அவன் தன்னைக் காத்துக் கொள்ளலாம், அவன் தாராள மனப்பான்மை இல்லாமலிருந்து அதனால் நல்ல பெயரை எடுத்திருந்தால் அவன் மக்களைச் சுரண்டும் நிலைக்குத் தள்ளப்படமாட்டான், ஏனென்றால் தாராள மனப்பான்மை இல்லாமலிருப்பதும், கருமித்தனமாக இருப்பதும் தான் அவன் தன் அரசாட்சியைச் சிறப்பாகச் செய்யவைக்கும்.

அனைவரும் இதைத்தான் கூறுவார்கள்: சீசர் தாராள மனப்பான்மையின் காரணமாகத் தான் தன் பேரரசை அடைந்தார் என்று, அது மட்டுமன்றிப் பலர் தாராள மனப்பான்மையுடன் இருந்ததால் தான் உயர்நிலையை அடைந்தார்கள் என்று, இதனை ஆராய்ந்து பார்த்தால், உண்மையில் நீங்கள் ஒரு இளவரசன் தான், அல்லது இளவரசனாகத் தகுதியுடையவர் என்று நான் கூறுகிறேன். முதலில் கூறியதுபோல், தாராளமனப்பான்மை எப்போதும் ஆபத்தானது, இரண்டாவது கூறியது போல் தாராள மனப்பான்மையுடன் இருப்பதைப் பரிசீலிப்பது மிகவும் அவசியம்; ரோமின் ஒப்புயர்வற்ற தலைவர்களில் ஒருவர் சீசர்; அப்படிச் சிறந்த தலைவனாக ஆன பின் அவர் உயிருடன் இருந்திருந்தால், அவர் தனது நாட்டின் செலவுகளைக் குறைத்துக் கொண்டிருக்கமாட்டார், அவர் தனது அரசைப் படுகுழியில் தள்ளியிருப்பார். இதற்கு எவர் வேண்டுமென்றாலும் பதில் கூறலாம்; பலர் இளவரசர்களாக இருந்திருக்கிறார்கள், அவர்கள் தங்கள் இராணுவத்தின் உதவியுடன் பெரும் சாதனைகளைச் செய்திருக்கிறார்கள், அவர்கள் தாராள மனப்பான்மை உடையவர்கள் என்று கூறப்பட்டவர்கள் என்று, இதற்கு நான் பதில் கூறுகிறேன்: ஒரு இளவரசன் தனது சொந்தப் பணத்தையோ, மக்களின் பணத்தையோ அல்லது பிறருடைய பணத்தையோ செலவு செய்கிறான். தனது சொந்தப் பணத்தைச் செலவு செய்யும்போது, குறைத்து செலவு செய்கிறான், மக்களின் பணத்தைச் செலவு செய்யவேண்டியிருந்தால், அவன் கிடைக்கும் சந்தர்ப்பத்தை நழுவவிடாதிருக்கிறான். பிறரைக் கொள்ளையடிப்பது, சூறையாடுவது, வலுக்கட்டாயமாகப் பெறுவது ஆகியவற்றின் மூலம் கிடைத்த செல்வத்தைத் தனது இராணுவச் செலவுகளுக்குத் தாராளமாகப் பயன்படுத்திக் கொள்கிறான்,

அப்படிச் செய்யாவிட்டால் அவனது இராணுவ வீரர்கள் அவனது ஆணைகளுக்குக் கீழ்ப்படியமாட்டார்கள். இப்படி அது உங்களுடையதாக இல்லாவிட்டாலும், அடுத்தவர்களுடையதாக இல்லாவிட்டாலும், நீங்கள் வாரி வழங்குவதற்குத் தயாராக இருக்கிறீர்கள், சைரஸ், சீசர் மற்றும் அலெக்ஸாண்டரைப் போன்று; இப்படி அடுத்தவர் செல்வத்தைக் கவருவது ஒருபோதும் உங்கள் மதிப்பைக் குறைக்கப் போவதில்லை*, அது அதிகமாகிறது; உங்களது செல்வத்தை வீணடித்தால் அது உங்களுக்குத் துன்பத்தைத் தான் வர வழைக்கும்.

தாராள மனப்பான்மையைப் போல் விரைவாக எதையும் வீணடிப்பது எதுவும் இல்லை, அதனைச் செயல்படுத்தும்போது, நீங்கள் உங்களது தகுதியை இழந்துவிடுகிறீர்கள், பின்னர் பொருளாதாரப் பற்றாக்குறை மற்றும் இழிவு வந்து சேருகிறது, பொருளாதாரப் பற்றாக்குறையைத் தவிர்க்க நினைக்கும் போது வெறுக்கப்படுகிறீர்கள். ஒரு இளவரசன் இவற்றிலிருந்து தன்னைக் காத்துக்கொள்ள வேண்டும், ஏனென்றால் தாராள மனப்பான்மை, வெறுப்பு மற்றும் பொருளாதாரப் பற்றாக்குறை ஆகிய இரண்டையும் கொண்டு வருகிறது. ஆகவே, தாராள மனப்பான்மைக்கு மதிப்பளித்து அதன் மூலம் பெயரைக் கெடுத்துக் கொண்டு இகழ்ச்சி மற்றும் வெறுப்பைச் சம்பாதிப்பதை விட வெறுப்பை ஏற்படுத்தாத கஞ்சத்தனத்தைக் கைக்கொள்வது புத்திசாலித்தனம்.

---

* போரில் வெற்றி பெற்றவுடன், தோல்வியுற்ற நாடுகளிலிருந்து செல்வதைக் கவர்ந்து கொண்டு வருவது, உலகம் முழுவதிலிருக்கும் அரசர்களின் வழக்கமாக இருந்துள்ளது. அதனைத்தான் மேக்கியவல்லி இங்கே குறிப்பிடுகிறார்.................

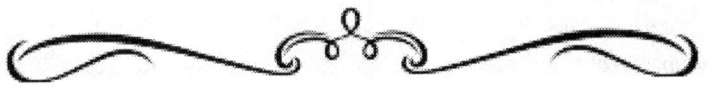

“அன்பு என்பது கடமை என்ற ஒரு சங்கிலியுடன் பிணைக்கப்பட்டிருக்கிறது, தனக்கு முன்னேற்றம் கிடைக்குமென்றால் அது உடைக்கப்படுகிறது.”

- நிகாலோ மேக்கியவல்லி

அத்தியாயம் - 17

கொடுமை மற்றும் கருணை, அச்சமூட்டுவதை விட அன்பு செலுத்தப்படுவது சிறந்ததா என்பது பற்றி

மேலே குறிப்பிட்டுள்ள குணங்களைப் பற்றிச் சொல்லும்போது, ஒவ்வொரு இளவரசனும் தான் கருணையுள்ளவனாக இருக்கவேண்டுமென்று விருப்பம் கொள்ள வேண்டும், கொடுமையானவனாக அல்ல என்று கூறுகிறேன் இருந்தபோதிலும், இந்தக் கருணையை எவரும் தவறாகப் பயன்படுத்திவிடாதபடி மிகவும் கவனமாக இருக்கவேண்டும். சிசரே போர்கியா, ஒரு கொடுமைக்காரன் என்று கூறப்பட்டவன்; அவனுடைய கொடுமையைத் தாங்க முடியாத ரோமக்னாவைச் சமாதானப்படுத்த வேண்டியிருந்தது அவர்களை ஒன்று சேர்த்து, அமைதியையும், நம்பகத்தன்மையையும் மீட்கவேண்டியிருந்தது. இதனைச் சரியாக ஆய்வு செய்து பார்த்தால், ஃபிளோரண்டைன்களைவிட இவன் எவ்வளவோ இரக்கமுள்ளவன் என்று காணலாம், அவர்கள் தங்கள் மீதான கொடுமைகளைத் தவிர்ப்பதற்காக, பிஸ்டோயியோவை அழிப்பதற்கு அனுமதித்தனர். ஒரு இளவரசன், அவனுடைய குடிமக்களை ஒற்றுமையாகவும், நம்பிக்கையாகவும் வைத்திருக்கும் வரை தன்னைக் கொடுங்கோலன் என்று பழிகூறுவதைச் சட்டை செய்ய வேண்டியதில்லை; ஏனென்றால் மிகவும் அதீதமான கருணை உள்ளத்தைக் கொண்டிருப்பவர்களை விட இவன் மிகவும் நல்லவன் என்று ஒருசில உதாரணங்களைக் கொண்டு கூறிவிடலாம், மிகவும் அதீதமான கருணை உள்ளவர்கள், அழிவிற்கு வழிகாட்டுகிறார்கள், அதனைப் பயன்படுத்திக் கொண்டு படுகொலைகளும், கொள்ளைகளும் தொடர்ந்து நடத்தப்படுகின்றன; இவர்கள் ஒட்டுமொத்த மனித குலத்திற்குத் தீங்கு விளைவிப்பவர்கள், அதே சமயம் முன்னதாகக் குறிப்பிடப்பட்ட அந்த

இளவரசன் ஒருசில தனி மனிதர்களை மட்டுமே துன்புறுத்துகிறான்.

அனைத்து இளவரசர்களில், புதிய நாடுகளின் இளவரசர்களுக்கு ஆபத்துக்கள் அதிகம் இருக்கின்ற காரணத்தால், புதிய இளவரசர்கள் கொடுங்கோலர்கள் என்று குற்றம் சுமத்தப்படுவதைத் தவிர்க்க முடியாது. ஆகவே, விர்கில், தன்னுடைய ஆட்சியில் நடந்த மனிதாபிமானமற்ற செயல்களைப் பொறுத்துக் கொள்ளும்படி டிடோவின் வாய் மொழியின் மூலம் தெரிவிக்கிறார்.

"என் மனதின் விருப்பத்திற்கு எதிராக, என்னுடைய
தலையெழுத்து இருக்கிறது,
என்னுடைய அரசாட்சி இன்னும் நிலையானதாக
ஆகாமலிருக்கிறது,
ஒரு சிறு குழந்தையைப் போன்று,
என் ஆட்சிக்குட்பட்ட எல்லைகளை என்னுடைய
அனைத்து
திறன்களையும் பயன்படுத்திக் காத்துக் கொள்ள
ஆணையிடுங்கள்
இதுபோன்ற கொடுமையான செயல்களை எனது
தடுப்பாகக் கொண்டு."

ஏனென்றால் இது இப்போதுதான் உதயமான புதிய நாடு. இருந்தபோதிலும் இவன் எதையும் நம்புவதற்கும், செயல்படுத்துவதற்கும் சற்று யோசித்துதான் செய்யவேண்டியிருக்கிறது, இதில் அவன் தனது அச்சத்தை வெளிக்காட்ட முடியாது, ஆனால் அவன் மிகுந்த முன்யோசனையுடன் தன்னைக் கட்டுப்படுத்திக்கொண்டு, மனிதாபிமானத்துடன் நடத்திச் செல்ல வேண்டியிருக்கிறது, மிக அதீதமான மன உறுதியின் காரணமாக அவன் அஜாக்கிரதையாக ஆகிவிடாமலும், அதீதமான அவநம்பிக்கை அவனைத் துன்புறுத்திவிடாமலும் அவனைக் காக்கிறது.

இதனைப் பற்றி ஒரு கேள்வி எழுகிறது: அச்சப்படுத்தப்படுவதைவிட அன்பு செலுத்தப்படுவது சிறந்ததா, அல்லது அன்பு செலுத்தப்படுவதைவிட அச்சப்படுத்துவது சிறந்ததா? இரண்டும் சரிதான் என்று ஒருவர் கூறலாம், ஆனால் இரண்டும் ஒன்றாக ஒருவரிடம் இருப்பது மிகவும்

சிரமமானதாகும், அன்பு செலுத்துவதைவிட, அச்சப்படுவது மிகவும் பாதுகாப்பானது பொதுவாக மனிதர்களிடம் நன்றியில்லாத, திடமான புத்தியில்லாத, பொய்யான, கோழைத்தனமான, பேராசை கொண்ட குணங்கள் உறுதி யாக இருக்கும், நீங்கள் வெற்றி பெற்றுக் கொண்டிருக்கும் வரை, அவர்கள் முழுமையாக உங்களுக்குச் சாதகமாக இருப்பார்கள்; அவர்கள் தங்களுடைய இரத்தம், சொத்துக் கள், உயிர் மற்றும் குழந்தைகளை உங்களுக்காகப் பலி கொடுக்கத் தயாராக இருப்பார்கள், ஏற்கனவே கூறியது போல், அவர்கள் உங்களை விட்டுத் தூரமாக இருக்கும் வரை; ஆனால் உங்களுக்கு அவர்களுடைய தேவை இருக்கும் போது அவர்கள் உங்களுக்கு எதிராகத் திரும்பிவிடுவார்கள். ஒரு இளவரசன், அவர்களுடைய உறுதிமொழிகளின் மீது முழுவதுமான நம்பிக்கையை வைக்கும் போது, மற்ற எந்த ஒரு முன்னெச்சரிக்கை நடவடிக்கைகளையும் தவிர்த்துவிடு கிறான், அப்போது அழிவுக்குட்படுகிறான்; ஏனென்றால் நன்றியினால் அல்லாத, அல்லது உயர்ந்த பண்புடைய மனமில்லாத, பணம் செலுத்திப் பெறும் நட்பாகும் அது; ஆனால் அது பாதுகாப்பானது அல்ல, நமக்குத் தேவை இருக்கும் போது அவர்களை நம்ப முடியாது; ஏனென்றால் மனிதர்கள் தமக்கு மிகவும் அச்சப்படுபவர்களை விடத் தமக்கு மிகவும் நெருக்கமானவர்களுக்குத் துன்பங்கள் கொடுக்கச் சற்றும் தயங்க மாட்டார்கள். ஏனென்றால் அன்பு என்பது எப்போதுமே கடமை என்ற ஒரு சங்கிலியுடன் பிணைக்கப்பட்டிருக்கிறது, மனிதனின் அடிப்படைக் குணம் காரணமாக, தனக்கு முன்னேற்றம் கிடைக்கிறது என்றால் அது உடைக்கப்படுகிறது; ஆனால் அச்சம் என்பது, எப் போது வேண்டுமென்றாலும் தண்டனை கிடைக்கும் என்ற பயத்தினால் எப்போதுமே அது ஒருவனிடம் நிலை கொண்டிருக்கிறது.

இருந்தபோதிலும், ஒரு இளவரசன் எப்படிப்பட்ட அச்சத்தை ஏற்படுத்திக் கொண்டிருக்கவேண்டும் என்றால், அவனுக்கு அன்பு கிடைக்கவில்லை என்றாலும், வெறுப்பைத் தவிர்க்கிறான்; ஏனென்றால் அவனிடம் அச்சப்படுபவர்கள் இருக்கும் வரை அவனால் நீடித்து நிலைத்திருக்க முடியும், அதே சமயம், அவன் மீது வெறுப்பும் இருக்காது, அதுவும் அவன் தனது குடிமக்களின் சொத்துக்களின் மீதும், குடி மக்களின் மீதும், அவர்களுடைய பெண்களின் மீதும்

கைவைக்காமல் விலகியிருக்கும் வரை. ஆனால் ஒருவரின் உயிரை எடுக்க அவன் நடவடிக்கை எடுக்கவேண்டிய அவசியம் நேரும் போது, அவன் நியாயமான காரணங்களுக்காக அதனைச் செய்யவேண்டும், மேலும் காரணங்கள் தெளிவாக இருக்கவேண்டும், இவை எல்லாவற்றையும் விட அவன் பிறருடைய சொத்துக்களிலிருந்து விலகியே இருக்க வேண்டும், ஏனென்றால் மனிதர்கள் தங்கள் தந்தையின் இறப்பைக்கூட விரைவில் மறந்துவிடுவார்கள், ஆனால் தந்தை வழிச் சொத்துக்களை இழப்பதற்கு விரும்பமாட்டார் கள். அது மட்டுமன்றி, ஏதாவது ஒரு காரணத்தைக் கூறித் தனது சொத்துக்கள் எடுத்துக் கொள்ளப்படுவதை எப்போதுமே விரும்பமாட்டார்கள்; ஏனென்றால், ஒருவன் பிறருடைய சொத்தைக் கொள்ளையடித்து வாழ்த்துவங்கிவிட்டால், அவன் எப்போதுமே பிறருடைய சொத்துக்களைக் கைப்பற்றுவதற்கான காரணங்களைத் தேடியலைவான்; ஆனால் உயிரைப் பறிக்கும் விஷயத்தில், இதுபோன்ற காரணங்களைக் கண்டுபிடிப்பது கடினம், அது விரைவில் வெளிப்பட்டுவிடும். ஆனால் ஒரு இளவரசன், மிகப் பெரும் படையைத் தன் கட்டுப்பாட்டின் கீழ் வைத்திருக்கும்போது, கடுமையாக நடந்து கொள்ளக்கூடாது என்ற எண்ணத்தைக் கைவிட்டுவிட வேண்டியது அவசியம், அப்படியில்லா விட்டால் அவனால் இராணுவத்தைக் கட்டுப்பாட்டில் வைத்துக்கொள்ள முடியாது, அத்துடன் அவனது கடமை களைச் சரியாகச் செய்யமுடியாது. ஹன்னிபாலின் பல அருமையான செயல்களில் இதுவும் ஒன்று என்று பட்டிய லிடப்பட்டிருக்கிறது: பலவிதமான இனத்தைச் சேர்ந்தவர் களைக் கொண்ட மிகப் பிரம்மாண்டமான இராணுவத்தை, வேற்று நாட்டு மண்ணில் போரிடுவதற்காக நடத்திச் செல்லும் போது, அவர்களுக்குள்ளேயும், அவர்களது இளவரச னோடும் எந்தவிதக் கருத்துவேறுபாடும் எழவில்லை, இளவரசனின் நல்ல, கெட்ட நேரங்களில்கூட. இது அவனுடைய கடுமையான நடவடிக்கையின் விளைவைத் தவிர வேறு ஒன்றும் இல்லை, அவனது எல்லையற்ற வீரத்தினால், அவனது இராணுவ வீரர்களின் கண்களுக்கு அவன் பயங்கர மானவனாகக் காட்சியளித்தான், அதனால் பயம் கலந்த மரியாதையும் இருந்தது, ஆனால் அந்தக் கொடுமைத்தனம் இல்லாமல், வேறு எந்த நல்ல குணங்கள் இருந்திருந்தாலும், இந்த அளவிற்குச் சாதித்திருக்க முடியாது. ஆனால் குறுகிய

மனப்பான்மையுள்ள எழுத்தாளர்கள், அந்த ஒரு விஷயத்தில் அவனைப் பாராட்டினார்கள், சிலர் அந்தக் குணத்தை எதிர்க்கவும் செய்தார்கள். சிபியோவின் பிற நல்ல குணங்கள் மட்டுமே அவனை நிரூபிக்கப்போதுமானதாக இருந்திருக் காது என்பதுதான் உண்மை, மிகச் சிறந்த மனிதன், ஆனால் அவனது காலத்தில் அல்ல, ஆனால் மனிதர்களின் நினைவில் அவன் நிற்கிறான், அதே சமயம் அவனுடைய இராணுவம் அவனுக்கு எதிராக ஸ்பெயினில் புரட்சி செய்தது; இதற்குக் காரணம் அவனிடமிருந்த மிகவும் அதிகமான பொறுத்துக் கொள்ளும் தன்மைதான், இந்தக் குணம் அவனது இராணுவ வீரர்கள் ஒழுங்கற்று நடந்து கொள்வதற்கான அனுமதிச் சீட்டாக ஆகிவிட்டது. இதற்காக ஃபாபியஸ் மாக்ஸிமஸ், அவனைச் செனட்டில் கடிந்து கொண்டான், ரோமின் இராணுவத்தைச் சீர்குலைத்த அயோக்கியன் என்றுகூட அழைக்கப்பட்டான். சிபியோவின் தூதர்களின் குழு ஒன்றி னால் லாக்ரியன்கள் வீணாகக் குற்றம் சுமத்தப்பட்டனர், இருந்தபோதிலும், எதையும் சாதாரணமாக எடுத்துக் கொள்ளும் மனோபாவத்தினால் சிபியோ அவர்களின் மீது எந்தவித நடவடிக்கையும் எடுக்கவில்லை, அந்தத் தூதுக் குழுவின் கர்வமும் அடக்கப்படவில்லை. இந்தக் குணம், அவர் தொடர்ந்து அதிகாரத்தில் இருந்திருந்தால், அவனது புகழையும், பெருமையையும் ஒருகாலகட்டத்தில் அழித்திருக் கும்; அவன் செனட்டின் அதிகாரத்தின் கீழ் இருந்ததால், அவனது கெட்ட பண்புகள் மறைக்கப்பட்டதுடன், அவனுக் குப் புகழ் சேர்ப்பதாகவும் அமைந்துவிட்டன.

மீண்டும், அச்சப்படுத்துவது அல்லது அன்பு செலுத்தப் படுவது என்ற கேள்விக்கே வருகிறேன், இதற்கான முடிவு என்னவென்றால், மனிதர்கள் தங்களது விருப்பங்களுக்கு ஏற்றவாறு அன்பு செலுத்துகிறார்கள், ஒரு இளவரசனின் விருப்பங்களுக்கு ஏற்றவாறு அச்சப்படுகிறார்கள், ஒரு புத்திசாலியான இளவரசன், தனது முழுக்கட்டுப்பாட்டில் இருப்பவற்றை வைத்துத்தான் தன்னை நிலைநிறுத்திக் கொள்ளவேண்டும், பிறரிடம் இருப்பவற்றை வைத்து அல்ல; அவன் நாம் ஏற்கனவே குறிப்பிட்டப்படி வெறுப்பைத் தவிர்க்க முயற்சி செய்ய வேண்டும்.

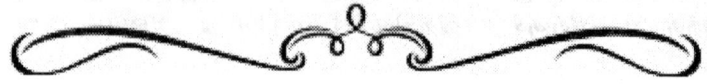

> ஒரு இளவரசன் மிருகத்தின் குணத்தைக் கற்றுக் கொள்ள வேண்டியிருந்தால், அது குள்ளநரியா, சிங்கமா என்பதைத் தேர்ந்தெடுக்க வேண்டும்.
>
> **- நிகாலோ மேக்கியவல்லி**

அத்தியாயம் - 18

எந்த வழிகளில் இளவரசர்கள் நம்பிக்கையைத் தக்க வைத்துக்கொள்ள வேண்டும் என்பது பற்றி

ஒரு இளவரசன் நம்பிக்கையைத் தக்கவைத்துக் கொள்வதால் எவ்வளவு புகழ் கிடைக்கும் என்பதை அனைவரும் அறிவார்கள், அத்துடன் அந்த இளவரசன் நேர்மையாக வாழவேண்டும், தந்திரத்தோடு அல்ல என்பது தான் அனைவரின் எதிர்பார்ப்பும் இருந்த போதிலும் மிகப்பெரிய சாதனைகளைச் செய்த இளவரசர்கள் பிறர் மீது குறைந்த அளவான நம்பிக்கை வைத்தவர்களாகவும், புத்திசாலியான மனிதர்களை எவ்வாறு சூழ்ச்சி செய்து தந்திரமாக ஏமாற்றுவது என்றும் அறிந்திருக்கிறார்கள், இறுதியில் தங்கள் வார்த்தைகளை நம்பியிருந்தவர்களையே ஏமாற்றியும் இருக்கின்றனர். இரண்டு வழிகளில் போராட வேண்டும் என்று உங்களுக்குத் தெரிந்திருக்க வேண்டும், ஒன்று சட்டத்தைப் பயன்படுத்தி, மற்றொன்று வன்முறை யைப் பயன்படுத்தி; முதலில் கூறியதுதான் மனிதர்களுக்குச் சரியான வழியாகும், இரண்டாவது மிருகங்களுக்கு மட்டுமே; ஆனால், முதலில் கூறியதைத் தொடர்ந்து செயல்படுத்துவது மட்டுமே போதுமானதாக இருக்காது; ஆகவே இரண்டாவதைப் பரிசீலிப்பது அவசியமானதாகும். ஆகவே ஒரு இளவரசன் தேவையானபோது மிருகமாகவும், மனிதனாகவும் நடந்துகொள்வது எப்படி என்று தெரிந்து கொள்ள வேண்டியது அவசியம். இதைப் பற்றிப் பழங்கால வரலாற்றாசிரியர்கள் மறைபொருளாக இளவரசர்களுக்குப் போதித்து வந்திருக்கின்றனர். அவற்றில் அச்சிலஸ் மற்றும் பல இளவரசர்கள் செனடார் சிரோனிடம் அனுப்பப்பட்டு, அவரது மாணவர்களாக, அவரது பாணியில், எப்படி

வளர்க்கப்பட்டார்கள் என்று விவரிக்கப்பட்டிருந்தது; இதி லிருந்து, இளவரசர்கள் தங்களது ஆசிரியராகப் பாதி மிருகமும், பாதி மனிதனுமான ஒருவரைப் பெற்றிருந்தார்கள் என்பது தெரிகிறது, ஆகவே ஒரு இளவரசனுக்கு இந்த இரு குணங்களையும் எப்படிப் பயன்படுத்துவது என்று தெரிந்திருக்க வேண்டியது அவசியம், இதில் ஒன்றை மட்டும் கற்றுக் கொண்டு, மற்றதை விட்டுவிடுவது எப்போதுமே பலனளிக்காது. ஆகவே ஒரு இளவரசன் மிருகத்தின் குணத்தைக் கற்றுக் கொள்ளவேண்டியிருந்தால், அது குள்ளநரியா அல்லது சிங்கமா என்பதைத் தேர்ந்தெடுக்க வேண்டும்; ஏனென்றால் சிங்கத்தால் அதற்காக விரிக்கப் பட்ட வலையிலிருந்து தப்பிக்கமுடியாது, ஒரு குள்ளநரி ஓநாய்க் கூட்டங்களிலிருந்து தப்பிக்கமுடியாது. ஆகவே வலைகளைக் கண்டுபிடிக்கும் தந்திரத்தில் ஒரு குள்ளநரியைப் போன்றும் ஓநாய்க் கூட்டங்களை அச்சுறுத்தி விரட்டும் சிங்கத்தைப் போன்றும் இருக்க வேண்டியது அவசியம். இதில் சிங்கம்தான் சிறந்தது என்று நம்புபவர்கள், எதைச் சாதிக்கப் போகிறார்கள் என்று தெரியாதவர்களாக இருக் கின்றனர். ஆகவே, ஒரு சிறந்த புத்திசாலியான இளவரசன், கடைப்பிடிக்கும் சட்டதிட்டங்கள் அவனுக்கு எதிராகத் திரும்பும்படி எதையும் நம்பக்கூடாது, அவன் என்ன காரணத் திற்காக உறுதிகள் அளித்தானோ அவை வழக்கத்தில் இருக்கக்கூடாது. மனிதர்கள் நல்லவர்களாகவே இருந்து விட்டால் இந்த நடத்தை விதிகளைச் செயல்படுத்த முடியாது, ஆனால் மனிதர்கள் கெட்டவர்களாக இருப்பதால், உங்களிடம் நம்பிக்கை வைக்கமாட்டார்கள், நீங்களும் அவர்களிடம் அப்படி நடந்துகொள்ள வேண்டுமென்ற கட்டாயம் இல்லை. இதனைக் கடைப்பிடிக்காமல் இருப் பதற்கு, ஒரு இளவரசனுக்குச் சட்டப்படியான காரணங்கள் எதுவும் இருக்கவேண்டியதில்லை. இதற்காக நவீன காலத்தில் நடந்த ஏராளமான உதாரணங்களைக் கொடுக்க முடியும், இளவரசர்களின் நம்பிக்கைத் துரோகங்களின் மூலமாக எவ்வளவு ஒப்பந்தங்கள், போர் உடன்படிக்கைகள் மீறப் பட்டு ஒன்றுமில்லாமல் ஆக்கப்பட்டன என்று; ஆகவே, எவர் ஒருவர் குள்ளநரித் தனத்தைச் செயல்படுத்தத் தெரிந்திருக் கிறாரோ அவரே சிறந்த வெற்றிகளைப் பெற்றிருக்கிறார்.

ஆனால் இந்தக் குணத்தை மறைத்து, தன் உண்மையான எண்ணங்களை வெளிப்படுத்தாமல், பார்ப்பதற்கு மிக

நல்லவன் போல் காட்டிக் கொள்வது எப்படி என்றும் தெரிந்துகொள்ள வேண்டியது மிகவும் அவசியம்; மனிதர்கள் மிகச் சாதாரணமானவர்கள், ஆகவே அவர்களது தேவைகளும் மிக அதிகம், அவர்களது தேவைக்காக ஏமாற்ற வேண்டும் என்று துவங்கிவிட்டால், ஏமாறுவதற்கும் யாராவது கிடைத்துக் கொண்டே இருப்பார்கள். இதற்கென்று ஒரு உதாரணத்தை நான் கூறாமல் இருக்க முடியாது. ஆறாம் அலெக்ஸாண்டர் மனிதர்களை ஏமாற்றுவதைத் தவிர வேறு எதுவும் செய்யவில்லை, அவர்களுக்கு ஏதாவது செய்யவேண்டும் என்று ஒருபோதும் நினைக்கவில்லை, மேலும் அவனுக்கு யார் பலியாவார்கள் என்று எப்போதுமே தேடிக்கொண்டிருந்தான்; ஏனென்றால் வாக்குறுதியை நிறைவேற்றக்கூடிய உறுதி வாய்ந்த மனிதர்கள் எவரும் இல்லை, அல்லது உறுதியான வாக்குறுதிகளைக் கொடுக்கக் கூடிய மனிதரும் இல்லை, இருந்தபோதிலும் அவனுடைய ஏமாற்றுவேலை அவனுடைய விருப்பப்படியே நடந்தேறுகிறது, ஏனென்றால் மனிதர்களின் பலகீனமான பகுதியை அவன் நன்றாகவே அறிந்திருக்கிறான்.

ஆகவே, ஒரு இளவரசன், நான் பட்டியலிட்டபடி, நல்ல குணங்களைக் கொண்டிருக்க வேண்டுமென்ற அவசியம் இல்லை, ஆனால் அந்தக் குணங்கள் அவனிடம் இருப்பதாகத் தோற்றமளிக்க வேண்டியது அவசியம். நான் தைரியமாக இதைச் சொல்வேன், அதாவது ஒரு இளவரசன் எப்போதுமே நல்ல குணங்களை மட்டுமே கொண்டிருப்பதும், நல்லவைகளை மட்டுமே செய்வதும் அவனுக்குப் பலனளிக்காது, ஆனால் அவை இருப்பதாகக் காட்டிக் கொள்வது மிகவும் பயனுள்ளதாக இருக்கும். கருணையுள்ளவனாக, நம்பிக்கையுள்ளவனாக, மனிதாபிமானம் உடையவனாக, மதநம்பிக்கை உள்ளவனாக, நேர்மையுடையவனாக இருக்கலாம், ஆனால் அப்படித்தான் இருக்கவேண்டும் என்று மனதில் உறுதியை வளர்த்துக் கொள்ளக்கூடாது, நேர்மறையாகவும், எதிர்மறையாகவும், சிந்திக்கவும், நடந்துகொள்ளவும் உங்களால் முடிந்திருக்க வேண்டும்.

நீங்கள் ஒன்றைப் புரிந்துகொள்ள வேண்டும், அதாவது ஒரு இளவரசன், குறிப்பாகப் புதிய இளவரசன், மனிதர்கள் எதற்காக மிகவும் மதிக்கப்படுகிறார்களோ அந்தக் குணங்களைக் கொண்டிருக்கவும் அல்லது செயல்படுத்தவும்

முடியாது, ஆனால் அவன் அந்தக் குணங்களைக் கொண்டிருக்க வேண்டும் என்று அடிக்கடி வலியுறுத்தப்படுவதால், நாட்டை நிர்வாகம் செய்வதற்காக, நம்பிக்கை, நட்பு, மனிதாபிமானம் மற்றும் மதநம்பிக்கை ஆகியவற்று எதிராக அவன் செயல்படமுடியாது. ஆகவே, காற்றடிக்கும் திசைக்குத் தகுந்தவாறு வளைந்து கொடுக்கவும், சூழ்நிலைகளுக்குத் தகுந்தவாறு செயல்படவும், அவனுடைய நல்ல நேரத்தைப் பயன்படுத்திக் கொள்ளவும் மனதைத் தயார்படுத்திக் கொள்ளவேண்டும், இருந்தபோதிலும், நான் மேலே கூறியபடி, நல்ல விஷயங்களிலிருந்து விலகிச் செல்லாமல், அப்படிச் செல்லவேண்டிய கட்டாயம் ஏற்பட்டாலும், அதனை எப்படிச் சமாளிப்பது என்றும் தெரிந்து கொள்ள வேண்டும்.

இந்தக் காரணத்திற்காக, மேலே குறிப்பிட்டுள்ள ஐந்து பண்புகளும் முழுவதுமாக நிரம்பியிராத ஒரு இளவரசன், தனது வாயிலிருந்து தவறுதலாகக் கூட எதுவும் வெளிவந்து விடாதபடி மிகுந்த கவனத்துடன் இருக்கவேண்டும், அதாவது அவனைப் பார்க்கும் எவரும், அவன் பேச்சைக் கேட்கும் எவரும், அவன் கருணையுள்ளவன், நம்பிக்கையானவன், மனிதாபிமானமுள்ளவன், நேர்மையானவன் மற்றும் மத நம்பிக்கையுள்ளவன் என்று முற்றிலுமாகத் தோற்றமளிக்க வேண்டும். இவைகளில் கடைசியாகக் குறிப்பிட்டுள்ள பண்பைக் காட்டுவதைவிட வேறு எதுவும் அவசியம் என்று தோன்றவில்லை, பொதுவாக மனிதர்கள் தங்கள் கைகளால் அறிந்து கொள்வதைவிடத் தங்கள் கண்களால் பார்ப்பதைத் தான் நம்புகிறார்கள். ஏனென்றால் அனைவரும் உங்களைப் பார்க்கிறார்கள், ஒரு சிலர் மட்டுமே உங்களுடன் தொடர்பு வைத்துக்கொள்கிறார்கள். நீங்கள் பார்ப்பதற்கு எப்படி இருக்கின்றீர்கள் என்றுதான் ஒவ்வொருவரும் பார்க் கின்றனர், ஒரு சிலர் மட்டுமே நீங்கள் உண்மையில் எப்படிப் பட்டவர் என்று தெரிந்து கொள்கிறார்கள், அந்த ஒரு சிலரும், பலரது அபிப்பிராயங்களை எதிர்த்து எதுவும் கூறுவதற்குத் தைரியமில்லாதவர்களாக இருக்கின்றனர், அந்தப் பலரும் தங்களைக் காப்பாற்ற இளவரசன் இருக் கின்றான் என்ற நம்பிக்கையில் இருப்பவர்கள்; அனைத்து மனிதர்களின் செயல்களும், குறிப்பாக இளவரசர்களின் செயல்கள் முன் ஜாக்கிரதையுடன் செய்யப்படுவதில்லை, செயல்களின் பலன் என்ன என்பதை வைத்தே முடிவுக்கு வருகிறார்கள்.

இந்தக் காரணத்தினால், ஒரு இளவரசன் ஒரு நாட்டை வெற்றி கொண்டு அதனைத் தக்க வைத்துக் கொள்ளும் பெருமையைப் பெறட்டும், அதற்கான வழிகள் நேர்மையாக இருந்தாலும், இல்லாவிட்டாலும் அவன் அனைவராலும் போற்றப்படுவான், ஏனென்றால் அவனுடைய இழிவான பண்புகள் மற்றும் அதன் விளைவுகள் அவன் பெற்ற வெற்றிகளால் மறைக்கப்படும்; இந்த உலகில் இழிவான செயல்கள் மட்டுமே நடைபெற்றுக் கொண்டிருக்கின்றன, பலர் இதில் பங்கு கொள்ளாத போது, ஒரு சிலர் மட்டுமே தீவிரமாக இதில் கால் பதித்துக் கொள்கின்றனர்.

இப்போதுள்ள இளரவசர்களில் ஒருவன்*, அவனது பெயரைக் குறிப்பிடுவது நன்றாக இருக்காது, அமைதியையும், நல்ல நம்பிக்கையையும் தவிர வேற எதையும் உபதேசிக்க மாட்டான், ஆனால் உண்மையில் இந்த இரண்டுக்குமே அவன் எதிர்ப்பானவன், அவன் உண்மையிலேயே அவற்றைப் பின்பற்றி இருந்தால் அவனது மதிப்பையும், அரசையும் அது இழக்கச் செய்திருக்கும்.

---
* இரண்டாம் மேக்ஸிமிலியன், புனித ரோமின் பேரரசன்.

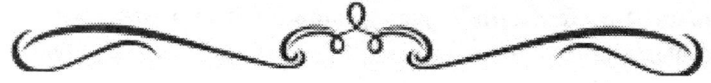

> "சதியாலோசனை செய்பவன், சதித்திட்டத்தைச் செயல் படுத்துவதற்கு முன் பல விதங்களிலும் அச்சப்பட்டுத் தான் ஆக வேண்டும்."
>
> - நிகாலோ மேக்கியவல்லி

அத்தியாயம் - 19

இழிவாகக் கருதப்படுவது மற்றும் வெறுக்கப்படுவதைத் தவிர்ப்பது பற்றி

மேலே குறிப்பிட்டுள்ள பண்புகளைப் பற்றி இப்போது பார்ப்போம், நான் முக்கியமான பண்புகளைப் பற்றி ஏராளமாகப் பேசிவிட்டேன், ஆகவே இந்தத் தலைப்பின் கீழ் மிகச் சுருக்கமாக விவரிக்க விரும்புகிறேன், மேலே கூறியவற்றின் ஒரு பகுதியான இதைப் பற்றி ஒரு இளவரசன், அவன் மீது ஏற்படும் வெறுப்பு மற்றும் இகழ்ச்சி ஆகிய வற்றைத் தவிர்ப்பது எப்படி என்று பரிசீலிக்கவேண்டும்; மேலும் இந்த விஷயத்தில் அவனது பொறுப்பை உணர்ந்து சரியாகச் செயல்பட்டு, அவன் வெற்றிகளை அடைய வேண்டும், மேலும் மற்ற இகழ்ச்சியான பேச்சுக்களைப் பற்றியும் அவற்றால் ஏற்படும் ஆபத்துக்களைப் பற்றியும் அவன் அச்சப்படவேண்டியதில்லை.

நான் ஏற்கனவே கூறியபடி, பிறருடைய சொத்தை அபகரிப்பது, தன் குடிமக்களின் பெண்களை அபகரிப்பது ஆகிய செயல்கள் பிற அனைத்துக் கெட்ட செயல்களையும் விட, அவன் மீது வெறுப்புணர்ச்சியை அதிகப்படுத்தும், ஆகையால் அவற்றிலிருந்து விலகியிருக்கவேண்டும். பெரும் பான்மையான மக்கள் மனநிறைவு அடைந்தவர்களாகவே வாழ்கின்றனர், ஒரு சிலரின் பேராசைகளால், மக்களின் சொத்துக்களோ அல்லது கௌரவமோ பாதிக்கப்பட்டால் மட்டுமே சினமடைகிறார்கள், தர்க்கங்கள் செய்யும் நிலைக்குத் தள்ளப்படுகிறார்கள்.

நிலையான புத்தி இல்லாத, அற்பத்தனமான, பெண் தன்மைமிக்க, கீழ்த்தரமான உணர்ச்சிகளை உடைய, முடிவு கள் எடுக்க முடியாதவனாக இருந்தால், அவன் அனைவரின் வெறுப்புணர்ச்சிக்கும் ஆளாகிறான், இவைகளிலிருந்து ஒரு

இளவரசன் தன்னைக் காத்துக் கொள்ள வேண்டும்; அவனுடைய செயல்களில் உயர்வான எண்ணங்களையும், தைரியத்தையும், எவரையும் ஈர்க்கும் பண்பையும், மனோ பலத்தையும் காட்ட வேண்டும்; தனது குடிமக்களின் தனிப் பட்ட பிரச்சினைகளில் அவனுடைய தீர்ப்புகள் மாற்றி அமைக்க முடியாததாக இருக்கட்டும், இப்படியாக அவன் தனக்குரிய மரியாதையைத் தானே நிலைநிறுத்திக் கொண் டால், எவரும் அவனை ஏமாற்றவோ அல்லது அவனுக் கெதிராகச் சூழ்ச்சி செய்யவோ நினைக்கமாட்டார்கள். ஒரு இளவரசன் இது போன்ற நல்ல அபிப்பிராயங்களை மக்கள் மனதில் விதைத்துவிட்டால், அவன் மீது ஏற்படுகின்ற மரியாதையினால் அவனுக்கு எதிராகச் சூழ்ச்சிகள் செய்யவும் முடியாது; ஏனென்றால் அவன் மிகச் சிறந்த மனிதன் என்று அனைவராலும் அறியப்படுகின்றான், மக்களால் மதிக்கப் படுகின்றான், அதனால் அவன் மீது தாக்குதல் நடத்துவது அவ்வளவு சுலபமல்ல. இதன் காரணமாக, ஒரு இளவரசன் இரண்டு விஷயங்களுக்குப் பயப்படவேண்டும், ஒன்று அவனுக்குள்ளாகவே, அவனது மக்களுக்கு அவனிட மிருக்கும் மரியாதையைத் தக்க வைத்துக் கொள்ள வேண்டும் என்ற அச்சமிருக்க வேண்டும், மற்றொன்று வெளியிலிருந்து, வேற்று நாட்டு சக்திகளிடமிருந்து இரண்டாவதாகக் கூறப்பட்ட விஷயத்தில், அவன் மிகச் சிறந்த இராணுவத் தையும், அண்டை நாடுகளின் நட்பையும் பெற்றிருப்பதால் அவன் பாதுகாப்பாக இருக்கின்றான், அவனிடம் நல்ல தகுதி வாய்ந்த இராணுவம் இருந்தால், அவனுக்கு நல்ல நண்பர்கள் கிடைப்பார்கள், உள்நாட்டிலும் விவகாரங்கள் கட்டுக்கடங் கியே இருக்கும், உள்நாட்டில் அமைதி இல்லையென்றால், ஆங்காங்கே சதியாலோசனைகள் நடைபெறும், அதனால் பலதொந்தரவுகள் ஏற்படும், ஆகவே ஒரு இளவரசன், நான் ஏற்கனவே கூறியது போன்ற நடவடிக்கைகளைத் தொடர்ந்து செயல்படுத்திக் கொண்டிருந்தால், அவன் மக்களின் நம்பிக் கையை இழக்காதிருக்கும் வரை, அவனால் எந்த ஒரு எதிர்ப்பையும் எதிர்த்து நிற்க முடியும், நபிஸ் என்ற ஸ்பார்ட்டன் செய்தது போல.

ஒரு இளவரசனுக்கு, வெளிநாட்டு உறவுகளில் பிரச்சினைகள் ஏற்படுமானால், அவனுடைய குடிமக்களில் சிலர் இரகசியமாகச் சூழ்ச்சிகள் செய்கிறார்கள் என்ற அச்சம் வரவேண்டும், இதற்கு அவன் மீதுள்ள வெறுப்புணர்ச்சி

மற்றும் இழிவாகக் கருதப்படுதல் ஆகியவை காரணமாக இருக்கலாம், ஆகவே அவன் இதைத் தவிர்க்க வேண்டும், அத்துடன் தன் செயல்களால் மக்களைத் திருப்தியுற்றவர்களாக வைத்துக் கொள்ளவேண்டும், நான் விரிவாகக் கூறியபடி இதனை நிறைவேற்றவேண்டும்: ஒரு இளவரசன், தனக்கு எதிராகச் சூழ்ச்சிகள் செய்யப்படாமலிருக்கச் சில பரிகாரங்களைச் செய்யவேண்டும், அவற்றுள் ஒன்று, அவன் மக்களால் வெறுக்கப்படாமலும், இகழப்படாமலும் இருக்கவேண்டும், ஏனென்றால் இளவரசனுக்கு எதிராகச் சூழ்ச்சி செய்பவன், எப்போதுமே இளவரசனைப் பதவியிலிருந்து நீக்குவதைத் தான் நோக்கமாகக் கொண்டிருப்பான், அதுதான் அவனுக்கு மகிழ்ச்சியான செயல் என்ற எதிர்பார்ப்புடன் இருப்பான்; ஆனால் சூழ்ச்சி செய்பவன் இளவரசனுக்குத் தொல்லை கொடுக்க நினைக்கும்போது, அவனுக்கு அதனைச் செய்வதற்குத் தைரியமிருக்காது, ஏனென்றால் சூழ்ச்சி செய்பவனும் ஏராளமான துன்பங்களைச் சந்திக்கவேண்டியிருக்கும் என்று தெரிந்திருக்கும். அனுபவம் என்ன காட்டுகிறது என்றால், பலர் சூழ்ச்சி செய்பவர்களாக இருந்தாலும், ஒரு சிலர் அதில் வெற்றி காண்கிறார்கள்; ஏனென்றால் சதியாலோசனை செய்பவர் தனியாகச் செயல்பட முடியாது; அதே போன்று ஆட்சியின் மீது அல்லது இளவரசனின் மீது அதிருப்தி கொண்டவர்களைத் தான் தனது கூட்டாளியாகத் தேர்ந்தெடுத்துக் கொள்ளமுடியும், ஆகவே அந்த ஒருவரை நீங்கள் கண்டுபிடித்துவிட்டால், உடனடியாக அவர் எதைச் செய்தால் திருப்தியடைவாரோ அதனைச் செய்துவிட வேண்டும், ஏனென்றால் அவன் உங்களை வெளிப்படையாகத் தாக்குவதைவிட, அதனால் கிடைக்கக்கூடிய பலன்களைத் தான் எதிர்பார்த்துக் கொண்டிருப்பான்; இது போன்ற வழியில் அவனுக்குக் கிடைத்த பலன்களை உறுதிசெய்து கொண்டு, மற்றொரு கூட்டாளி இவனைச் சந்தேகக் கண்களுடன் பார்க்கக்கூடும் அல்லது சந்தேகப்படக்கூடும் என்பதால், அவன் அதிக நண்பர்களை வைத்துக் கொள்ளமாட்டான். அதிகமாக எவருடனும் நட்பு வைத்துக் கொள்ளமாட்டான் அல்லது இளவரசனுக்கு முற்றிலும் எதிரியான ஒருவருடன் மட்டுமே நட்பு வைத்துக் கொள்வான்.

இந்த விஷயத்தைச் சுருக்கமாகக் கூறுவதானால், சதியாலோசனை செய்பவரிடத்தில் எப்போதும் பயம்

குடியிருக்கும், எப்போது வேண்டுமென்றாலும் தனக்குத் தண்டனை கிடைக்கும் என்ற எதிர்பார்ப்பு அவனை எப்போதும் அச்சத்தில் வைத்திருக்கும்; ஆனால் இளவரசனிடம் ஆட்சியிருக்கிறது, சட்டம், நண்பர்களின் பாதுகாப்பு, மற்றும் அவனைப் பாதுகாக்க நாடு இருக்கிறது; இவற்றை விட அவன் மீதிருக்கும் நல்லெண்ணம், ஆகவே எவரும் எவ்வளவு சுலபமாக அவனுக்கெதிராகச் சதியாலோசனை செய்துவிட முடியாது. சதியாலோசனை செய்பவர்கள் அவர்களுடைய சதித்திட்டத்தைச் செயல்படுத்துவதற்கு பல விதங்களிலும் அச்சப்பட்டுத் தான் ஆகவேண்டும், அது மட்டுமன்றி சதித்திட்டத்தின் பின் விளைவுகளைப் பற்றியும் அச்சப்படவேண்டும்; இதன் காரணமாக, மக்களும் அவனுக்கு எதிரியாகிறார்கள், அவர்களிடமிருந்து அவன் தப்பிக்க முடியாது.

இந்த விஷயத்தைப் பற்றி ஏராளமான உதாரணங்களைக் கொடுக்க முடியும், ஆனால் நம்முடைய தந்தையர் கால நினைவிலிருந்து ஒன்றை மட்டும் கூறினால் திருப்தியடை வேன். மெஸ்ஸர் அன்னிபால் பெண்டிவோக்லியோ, போலோக்னாவின் இளவரசன் (இப்போதுள்ள அன்னிபாலின் தாத்தா), கன்னெஸ்ஸிக்கு எதிராகச் சூழ்ச்சி செய்ததால், கொலை செய்யப்பட்டார், அவரது குடும்பத்தினர் எவரையும் அவன் விட்டுவைக்கவில்லை, மெஸ்ஸர் ஜியோவான்னியைத் தவிர, ஏனென்றால் ஜியோவான்னி சிறுவனாக இருந்ததால்: இந்தப் படுகொலையை அடுத்து, உடனடியாக மக்கள் கொதித்தெழுந்து அனைத்து கன்னெஸ்ஸிக்களும் கொல்லப் பட்டனர். போலோக்னாவில், பெண்டிவோக்லியோவின் குடும்பத்தினர் பெற்றிருந்த நல்ல பெயரே இதற்குக் காரணம்; இதில் சிறப்ப என்னவென்றால், போலோக்னாவை ஆட்சி செய்ய ஒருவரும் இல்லாதபடி, அன்னிபாலின் குடும்பத்தினர் அனைவரும் கொல்லப்பட்டிருந்தாலும், பெண்டிவோக்லி யோவின் குடும்பத்தைச் சேர்ந்த ஒருவர் ஃப்ளாரென்சில் இருப்பதாகத் தகவல் கிடைத்தது, அவர் ஒரு இரும்புப் பட்டறை வைத்திருப்பவரின் மகன் என்று அனைவரும் நினைத்துக் கொண்டிருந்தனர். ஆனால் அவர் பெண்டி வோக்லியோவின் குடும்பத்தைச் சேர்ந்தவர் என்று கண்டு பிடிக்கப்பட்டதும் அவரை அழைத்து வந்து நாட்டின் அரசாட்சியை அவரிடம் கொடுத்தனர், சில காலத்திற்கு பின், ஜியோன்னி பெரியவனாக வளர்ந்தபின் அவனிடம் நாட்டை ஒப்படைக்கும் வரை, அவர் ஆட்சி செய்தார்.

அதனால்தான், மக்களின் மதிப்பையும் மரியாதையை யும் பெற்றிருக்கும் ஒரு இளவரசன், சிறிய அளவில் சூழ்ச்சி கள் செய்யப்படும்போதே, அவற்றுக்கான காரணங்களைக் கண்டுபிடித்து, அவற்றைச் சரி செய்து கொள்ள வேண்டும் என்று கூறுகிறேன்; ஆனால் தனக்கு எதிர்ப்பு இருக்கிறது, தன் மீது வெறுப்பு இருக்கிறது என்று தெரிந்தவுடன், அனைத்து தரப்பினர் மீதும் அவன் சந்தேகப்பட்டே ஆக வேண்டும். மேலும் ஆட்சி நன்றாக நடைபெற்றுக் கொண்டிருக்கும் நாடுகளில் புத்திசாலியான இளவரசர்கள், தமது மக்களைத் திருப்தியுடனும், நம்பிக்கையுடனும் வைத்திருக்கிறார்கள், அத்துடன் தங்களுடைய பிரபுக்கள் தங்கள் மீது நம்பிக் கையை இழந்துவிடாதபடி மிகவும் கவனத்துடன் இருக் கின்றனர், ஒரு இளவரசன் மேற்கொள்ள வேண்டிய நடவடிக்கைகளில் இது மிகவும் முக்கியமான ஒன்றாகும்.

பிரான்ஸில் நம்முடைய காலத்தில் மிகச் சிறப்பாகப் பெயர் பெற்ற, ஆட்சி புரிந்த பேரரசுகளில், மக்கள் சுதந்திர மாகவும், அரசன் பாதுகாப்பாகவும் இருந்த நிர்வாகங்கள் பல இருந்தன; அவற்றில் முதலாவதாகக் கருதப்படுவது பார்லிமெண்ட்டும் அதன் நிர்வாகிகளும் தான், ஏனென்றால் அந்த மாதிரியான நிர்வாகத்தை முதன் முதலில் ஏற்படுத்தி யவன், பிரபுக்களின் நோக்கங்களையும், அவர்களின் அச்ச மற்ற தன்மைகளையும் அறிந்துகொண்டு, அவர்களைத் தன் கைக்குள் வைத்துக்கொள்ள வேண்டியதன் அவசியத்தை உணர்ந்திருந்தான், மறுபுறம், மக்கள் பிரபுக்களின் மீது வெறுப்பு ஏதேனும் கொண்டிருக்கின்றனரா என்றும் கண்டுபிடித்து அவர்களையும் பாதுகாக்க வேண்டியிருந்தது, இருப்பினும் அவன் அரசனாக இருப்பதற்கு இது மிகவும் அவசியம் என்று அவன் நினைக்கவில்லை; ஆகவே மக்களுக்கு ஆதரவாகப் பிரபுக்களின் விரோதத்தைச் சம்பாதித்துக் கொண்டு, அதனால் இழிவுபடுத்தப்படுவதை அவன் தவிர்க்க நினைத்தான், அத்துடன் பிரபுக்களுக்கு ஆதரவளிப்பதன் மூலம் மக்களின் விரோதத்தைச் சம்பாதித்துக் கொள்ளவும் விரும்பவில்லை, இவர்களுக்கிடையே ஒரு சமாதானத் தூதுவரை நியமித்தான், அரசனுக்கு எந்தப் பிரச்சினையும் வராமல், அந்தத் தூதுவர் வலிமையுடையவர்களைக் கட்டுக் குள் வைக்கவும், வலிமையற்றவர்களை உற்சாகப்படுத்தவும் தகுதி வாய்ந்தவராக இருந்தார். இதைவிடச் சிறப்பான, புத்திசாலித்தனமான நடவடிக்கையை எவரும் செய்துவிட

முடியாது அல்லது அரசன் மற்றும் பேரரசின் பாதுகாப்பிற்குச் சிறந்த வழியை ஏற்படுத்தியிருக்க முடியாது. இதிலிருந்து நாம் மற்றொரு முடிவிற்கு வரமுடியும், அதாவது, இளவரசர்கள் தங்களுக்குக் கெட்ட பெயர் வரும் விஷயங்களை மற்றொருவரிடம் அளிப்பதன் மூலம், பிரச்சினைகளைச் சரிக்கட்டிவிடவேண்டும். மேலும், ஒரு இளவரசன், பிரபுக்களை ஆதரிக்க வேண்டும் என்று நான் நினைக்கின்றேன், ஆனால் அதே சமயம், இதன் மூலம் மக்கள் அவன் மீது வெறுப்புக் கொள்ளாமல் பார்த்துக் கொள்ள வேண்டும்.

ரோமானியப் பேரரசர்களின் வாழ்க்கை மற்றும் இறப்பு ஆகியவற்றைக் கவனித்தவர்களுக்கு, நான் கூறியவற்றுக்கு எதிரான உதாரணங்கள் ஏராளமாக இருப்பதாகத் தோன்றும், அவர்களில் சிலர் மிகச் சிறப்புடன் வாழ்ந்ததையும், மிகச் சிறந்த பண்புகளைக் கொண்டவர்களாக இருந்ததையும் பார்த்திருக்கலாம், இருந்தபோதிலும், அவர்கள் தங்கள் பேரரசுகளை இழந்திருக்கின்றனர், பலர் தங்கள் குடிமக்களால் சூழ்ச்சி செய்யப்பட்டுக் கொல்லப்பட்டிருக்கிறார்கள். ஆகவே, நான் கூறியவற்றுக்குத் தெரிவிக்கப்படும் எதிர்ப்புகளுக்குப் பதில் சொல்லும் முறையில், ஒருசில பேரரசர்களின் நடவடிக்கைகளை நான் நினைவிற்குக் கொண்டு வருகிறேன், அவர்களுடைய அழிவிற்குக் காரணமானவற்றையும், நான் கூறியவற்றில் எந்தவித வேற்றுக் கருத்தும் எழவில்லை என்றும் சுட்டிக் காட்டுகிறேன்; அதே சமயம், அந்தக் காலங்களில் நடைபெற்ற நிகழ்வுகளை ஆராய்வோருக்கு மிகவும் உதவியாக இருக்கும் விஷயங்களை நான் கூறப்போகிறேன்.

பேரரசனை வெற்றிகொண்ட தத்துவவாதி மார்கஸில் துவங்கி மாக்ஸிமினஸ் வரையிலான பேரரசர்களை உதாரணங்களாகக் கூறுவது போதுமானது என்று எனக்குத் தோன்றுகிறது; அவர்களின் பெயர்களைக் குறிப்பிடுகிறேன், மார்கஸ் மற்றும் அவரது மகன் கம்மோடஸ், பெர்டினாக்ஸ், ஜூலியன், செவரஸ் மற்றும் அவனது மகன் அன்டோனினஸ் கேரகல்லா, மேக்ரினஸ், ஹெலியோ காபலஸ், அலெக்ஸாண்டர் மற்றும் மாக்ஸிமினஸ்.

முதலில் குறிப்பிடவேண்டியது என்னவென்றால், பிற இளவரசர்கள் ஆளும் நாடுகளில் இருந்த பிரபுக்களின் பேராசை மற்றும் மக்களின் எழுச்சி ஆகியவற்றை மட்டும்

நாம் தெரிந்து கொள்ளும் சமயத்தில், ரோமானியப் பேரரசர்கள் மூன்றாவதாக ஒரு துன்பத்தைச் சந்தித்தார்கள் என்பதை நாம் பார்த்தாக வேண்டும், அதாவது அவர்களுடைய படைவீரர்களின் கொடுஞ்செயல்கள் மற்றும் பேராசை, இது மிகவும் குழப்பத்தையும் துன்பத்தையும் அளித்த விஷயம் மட்டுமல்ல, பலரின் அழிவிற்கும் காரணமான ஒன்றாகும்; ஏனென்றால் படைவீரர்கள் மற்றும் குடிமக்கள் ஆகிய இருவரையும் திருப்தியாக வைத்துக் கொள்வது சிரமமான ஒன்றாகும்; ஏனென்றால் குடிமக்கள் அமைதியை நேசிப்பவர்கள், அதனால் அவர்கள் பேராசையற்ற ஒரு இளவரசனைத்தான் நேசிப்பார்கள், அதே சமயம் படைவீரர்கள் போரைத்தான் விரும்புவார்கள், ஏனென்றால் அவர்கள் வீரம் மிக்கவர்கள் மட்டுமல்ல, கொள்ளையடிக்கும் குணங்களையும் கொண்டவர்கள், இந்தக் குணங்களை குடிமக்களின் மீது காட்டுவதுதான் அவர்களுடைய மகிழ்ச்சியைக் கொடுக்கும், அப்போதுதான் அவர்களுக்கு இரட்டை வருமானமும், அவர்களுடைய பேராசை மற்றும் கொடூர குணங்களுக்குத் தீனி போடுவதும் நடைபெறும். ஆகவே, பிறப்பால் அல்லது பயிற்சியினால், அதிகாரத்தைச் செலுத்திப் படைவீரர்களைக் கட்டுக்குள் வைத்திராத பெரும்பான்மையான பேரரசர்கள் தூக்கி எறியப்பட்டிருக்கிறார்கள், குறிப்பாகப் புதிய இளவரசர்களாகப் பதவியேற்றவர்கள், அவர்கள் இரண்டு எதிரெதிரான குணங்களைக் கொண்டவர்களில், தமது படைவீரர்களையும் குடிமக்களையும், படைவீரர்களையும் திருப்திப்படுத்த நினைத்து, அவர்களால் துன்புறுத்தப்பட்ட குடிமக்களின் துன்பங்களுக்குச் செவிசாய்க்காதன் விளைவாகத் தூக்கி எறியப்பட்டனர். ஆகவே, இதனை அறிந்து கொள்ள வேண்டியது மிகவும் அவசியம், அதாவது இளவரசர்கள், எவராவது ஒருவரால் வெறுக்கப்படும் நிலை வரத்தான் செய்யும், ஆனால் பலரால் வெறுக்கப்படும் நிலையைத் தவிர்க்க வேண்டும், இதனைத் தவிர்க்க முடியாத போது, மிகவும் புத்திசாலித்தனமாக, மிகவும் பலம் பொருந்தியவர்களால் வெறுக்கப்படுவதைத் தவிர்க்க வேண்டும். மிகவும் அனுபவம் வாய்ந்த பேரரசர்கள், மக்களைவிடத் தங்களது போர் வீரர்களுக்குச் சிறப்புச் சலுகைகள் கொடுத்து வந்திருக்கிறார்கள்; அது அவர்களுக்குச் சாதகமாக இருக்கிறதோ இல்லையோ, ஆனால் செயல்படுத்தியிருக்கிறார்கள், அதன்படி ஒரு இளவரசன்

தனது படைவீரர்களின் மீது தன் அதிகாரத்தைச் செலுத்திக் கட்டுக்குள் வைக்கத் தெரிந்திருக்க வேண்டும்.

இந்தக் காரணங்களினால் தான், மார்கஸ் (ஆரெலியஸ்), பெர்டினாக்ஸ், மற்றும் அலெக்ஸாண்டர் ஆகியோர், தன்னடக்கமுடன் வாழ்க்கை நடத்தினார்கள், நீதியை நேசித்தார்கள், கொடுஞ்செயல்களுக்கு எதிராக இருந்தார் கள், மனிதாபிமானம் உடையவர்களாக இருந்தனர், மேலும் அன்புடையவர்களாக இருந்தனர், இருப்பினும் மார்கஸைத் தவிர பிறரது முடிவு மிக சோகமானது; மார்கஸ் மட்டுமே மிக மதிப்புடன் வாழ்ந்தார், மதிப்புடன் இறந்தார், ஏனென்றால் அவர் பாரம்பரியமான வாரிசுரிமையைப் பெற்றுப் பதவிக்கு வந்தவர், ஆகவே அவர் தனது போர் வீரர்களுக்கோ அல்லது மக்களுக்கோ மிகவும் கடமைப் பட்டவர் அல்ல; பதவிக்கு வந்தபின், மிக நல்ல குணங்களுக் காக அனைவராலும் மதிக்கப்பட்டவர், அவர் இரு தரப்பினரையும் அவரவர் இடங்களில் வைத்து நிர்வாகம் செய்தார், அவர் எவராலும் வெறுக்கப்படவும் இல்லை, எவராலும் நம்பிக்கைத் துரோகம் செய்யப்படவும் இல்லை.

ஆனால் பெர்டினாக்ஸ், அவனது போர் வீரர்களின் விருப்பத்திற்கு எதிராகப் பேரரசனாக்கப்பட்டான், வீரர்கள் கம்மோடஸின் கீழ் தங்கள் விருப்பப்படி வாழ அனுமதிக் கப்பட்டிருந்தனர், ஆகவே பெர்டினாக்ஸ் விரும்பியபடி அவர்கள் தங்கள் வாழ்க்கையை நேர்மையாக ஒரு கட்டுப் பாட்டிற்குள் வாழ்வதற்குத் தயாராக இல்லை; இதனால் அவர்களது வெறுப்பிற்குக் காரணமானது மட்டுமன்றி, இழிவுபடுத்தும் எண்ணமும் சேர்ந்து கொண்டது, ஆகவே அவன் பதவிக்கு வந்த துவக்கத்திலேயே தூக்கி எறியப் பட்டான். நாம் இங்கு கவனிக்க வேண்டியது என்ன வென்றால், வெறுப்பு என்பது கெட்ட செயல்களால் மட்டு மன்றி, நல்ல செயல்களாலும் ஏற்படுகிறது, ஆகவே நான் ஏற்கனவே கூறியது போல், ஒரு இளவரசன் தனது நாட்டைத் தக்கவைத்துக் கொள்வதற்குக் கெட்ட விஷயங்களையும் செய்யத் தள்ளப்படுகிறான்; நீங்கள் நிர்வாகம் செய்யத் தேவையான அந்த அமைப்பு, அதாவது மக்களாகவோ, போர் வீரர்களாகவோ அல்லது பிரபுக்களாகவோ இருக் கலாம், அது தூய்மையற்றதாக ஆகும்போது, அவர்களை நீங்கள் திருப்திப்படுத்தியே ஆக வேண்டும்.

இப்போது அலெக்ஸாண்டரைப் பற்றிப் பேசுவோம், அவர் ஒரு மிகச் சிறந்த நல்ல மனிதர், அவரைப் பற்றிய சிறப்புக்களில் அவருக்குச் சாதகமான ஒன்றைப் பார்ப்போம், அவரது பதினான்கு ஆண்டு கால ஆட்சியில் அவரால் அநீதியாக எவரும் மரணம் அடைந்ததில்லை; இருந்த போதிலும், அவர் பெண் தன்மையைக் கொண்டிருந்தாலும், அவரது தாயாரின் கட்டுப்பாட்டிற்குள் இருந்ததாலும், அவர் வெறுக்கப்பட்டார், அவரது இராணுவமே அவருக்கு எதிராகச் சூழ்ச்சி செய்தது, முடிவில் அவர்களால் கொல்லப் பட்டார்.

இதற்கு எதிரான குணங்களைக் கொண்டவர்களைப் பார்ப்போம், கம்மோடஸ், செவரஸ், அன்டோனினஸ் காரகல்லா, மற்றும் மேக்ஸிமினஸ் ஆகியோரிடம் நீங்கள் கொடூரத் தன்மையையும், கொள்ளையடிக்கும் தன்மையை யும் நீங்கள் பார்க்கலாம் அவர்கள் தங்களது படைவீரர் களைத் திருப்திப்படுத்த, மக்களுக்கெதிரான அனைத்து நேர்மையற்ற செயல்களையும் செய்யத் தயங்கவில்லை; இவர்களில் செவரஸைத் தவிர மற்றவர்களின் இறப்புமிக மோசமானது; ஆனால் செவரஸைப் பொறுத்தவரை, அவனிடம் இருந்த மிகப் பெரும் திறமை என்னவென்றால், அவன் தனது படைவீரர்களைத் தோழமையுடன் வைத்திருந் தான், மக்கள் அவனால் நசுக்கப்பட்ட போதும், அவன் வெற்றிகரமாக ஆட்சி செய்தான்; ஏனென்றால் அவனுடைய வீரர்கள் மற்றும் மக்களின் பார்வையில் அவன் மிகப் பெரிய வீரனாகத் தோற்றமளித்தான், மக்கள் அவன் மீது வியப்பும், பக்தியும் கொண்டிருக்குமாறு பார்த்துக் கொள்ளப்பட்டது, படைவீரர்கள் மரியாதையுடனும், திருப்தியாகவும் இருக்கு மாறு பார்த்துக் கொள்ளப்பட்டது. ஒரு புதிய இளவரசன் என்ற முறையில், இவனுடைய செயல்கள் மிகச் சிறப் பானவை, அவன் எப்படிக் குள்ளநரியையும், சிங்கத்தையும் எதிர்கொண்டான் என்பதைப் பற்றிச் சுருக்கமாகக் காட்ட விரும்புகிறேன், நான் ஏற்கனவே கூறியபடி, இளவரசனாக இருக்கும் ஒருவர் கற்றுக் கொண்டு பின்பற்ற வேண்டிய ஒன்றாகும்.

பேரரசர் ஜூலியனின் சோம்பேறித்தனத்தை அறிந்த செவரஸ், தான் கேப்டனாக இருந்த படையினரை ஸ்லா வானியாவில் தனக்கு உடன்படுமாறு சமாதானம் செய்தான்,

அதாவது பிராய்டோரியன் படையினரால் கொல்லப்பட்ட பெர்டினாக்ஸின் படுகொலைக்குப் பழிதீர்க்க ரோமுக்குச் செல்வதே சரியானது என்று அவர்களுக்கு எடுத்துரைத்தான்; இதனைச் சாதகமாக்கிக் கொண்டு ஆட்சியைப் பிடிப்பது தனது நோக்கமல்ல என்று நம்ப வைத்து, இராணுவத்தை ரோமுக்கு நடத்திச் சென்றான், அவன் படையெடுத்து வருகிறான் என்பது தெரிவதற்கு முன்பே இத்தாலியை அடைந்தான். அவன் ரோமிற்குள் வந்ததும், செனட் அவனைக் கண்டு அச்சமுற்று, அவரைப் பேரரசனாகத் தேர்ந்தெடுத்தது, ஜூலியனைக் கொன்றுவிட்டு இதன் பிறகு, முழுமையான பேரரசுக்குத் தலைவனாக ஆக நினைத்த செவரஸுக்கு இரண்டு பிரச்சினைகள் முட்டுக்கட்டையாக இருந்தன; ஒன்று ஆசியா, இங்கு ஆசியாடிக் இராணுவத்தின் தலைவனாக இருந்த நைஜர், தன்னைப் பேரரசனாக அறிவிக்க வேண்டுமென்று வலியுறுத்திக்கொண்டிருந்தான்; மற்றொன்று மேற்கில் அல்பினஸ், அவனும் இந்த அரியணை யின் மீது பேராசை கொண்டிருந்தான். இவர்களுக்கு எதிராக, இவர்களை மீறித் தன்னைப் பேரரசனென்று அறிவிப்பது பெரும் ஆபத்து என்று நினைத்த செரஸ், நைஜரின் மீது தாக்குதல் நடத்துவது என்றும், அல்பினஸை ஏமாற்றுவது என்றும் முடிவு செய்தான். அல்பினஸுக்கு ஒரு கடிதம் எழுதினான், செனட் தன்னைப் பேரரசராகத் தேர்ந்தெடுத்திருப்பதால் அதன் பெருமையைத் தங்களோடு பகிர்ந்து கொள்ள விரும்புகிறேன் என்று கூறிவிட்டுச் சீசர் என்ற சிறப்புமிக்க அடைமொழியைத் தங்களுக்கச் சூட்டுவதாக அறிவித்தான்; மேலும் செனட் அல்பினஸை அவனுடைய கூட்டாளியாக ஏற்றுக் கொண்டது; இவற்றை அல்பினஸ் உண்மை என்று ஏற்றுக் கொண்டான். ஆனால் செவரஸ் நைஜரின் மீது படையெடுத்துக் கொன்றபின், ரோமுக்குத் திரும்பியதும், அல்பினஸின் மீது செனட்டில் புகார் கொடுத்தான், அவன் தன்னிடமிருந்து பெற்ற பலன்களுக்கு முக்கியத்துவம் அளிக்காமல் நம்பிக்கைத் துரோகம் செய்து, தன்னை கொல்ல முயல்வதாகவும், அதனால் இந்த நம்பிக்கைத் துரோகத்திற்கு அவனுக்குத் தண்டனை அளிக்கும் நிலைக்குத் தள்ளப்பட்டிருப்பதாகவும் கூறினான். அதன்படி அவனைப் பிரான்ஸிலிருந்து வெளி யேற்றிவிட்டு, அவனது உயிரையும், அரசையும் எடுத்துக் கொண்டான். இவனது செயலைக் கூர்ந்து கவனிக்கும்

எவரும், அவன் மிகுந்த வீரமுள்ள சிங்கம் மற்றும் தந்திர முள்ள குள்ளநரி என்றும் கண்டுகொள்வர்; அவனிடம் அனைவரும் பயமும், மரியாதையும் வைத்திருந்தனர் என்பதையும், அவனது இராணுவத்தினர் அவனை வெறுக்க வில்லை என்பதையும் காணலாம்; அவன் புதிதாகப் பதவியேற்ற இளவரசன் என்பதில் வியப்பேதுமில்லை, ஏனென்றால் அவனுடைய உச்சமான புகழ் அவனுக்கு எப்போதும் பாதுகாப்பாக இருந்தது, அவனுடைய வன் முறைச் செயல்களைக் கண்டு மக்கள் அவன் மீது வெறுப்புக் கொள்ளாதபடி அந்தப் புகழ் தடுத்தது.

அவனுடைய மகன் அன்டோனினஸ் மிகவும் திறமை யுடையவன், மிக உயர்ந்த பண்புகளைக் கொண்டவன், அதனால் மக்கள் அவன் மீது மிகுந்த அபிமானம் கொண் டிருந்தனர், அவன் போரில் மிகுந்த ஆர்வம் கொண்டிருந்த தால், படைவீரர்களும் அவனைச் சிறந்த வீரன் என்று ஏற்றுக் கொண்டனர். சோர்வு என்பதே இல்லாத, படாடோபமான உணவுப் பழக்கம் இல்லாதவனாக, ஆடம் பரங்களை வெறுப்பவனாக இருந்ததால் அனைவரின் அன்பிற்குரியவ னாக இருந்தான். இருந்தபோதிலும் அவனுடைய இரக்கமற்ற தன்மை மற்றும் கொடூரச் செயல்கள் மிக அதிகமாகவே இருந்தன, ஏராளமானவர்களைத் தனித்தனியாகக் கொன்ற பிறகும், அவன் ரோமானிய மக்களில் பலரைக் கொன்றான், அதிலும் குறிப்பாக அலெக்ஸாண்ட்ரியாவைச் சேர்ந்தவர் களை அவன் மீதிருந்த நல்லெண்ணம் சரிந்தது. உலகம் முழுவதும் அவனை வெறுத்தது, அத்துடன் அவனைச் சுற்றியிருந்தவர்களைக் கண்டு அனைவரும் பயந்தனர், இருப்பினும் அவனது இராணுவத்தின் மத்தியில், ஒரு சிறு படைப்பிரிவின் தலைவனால் படுகொலை செய்யப்பட்டான். இங்கே நாம் குறிப்பிட வேண்டியது என்னவென்றால், இதுபோன்ற படுகொலைகள் ஏற்கனவே தீர்மானிக்கப் பட்டுத் துணிச்சலுடன், திட்டமிட்டுச் செய்யப்பட்டவை களாகும், ஏனென்றால் எவருக்கு இறப்பைப் பற்றிய அச்சமில்லையோ அவர்கள் தான் இதைச் செய்ய முடியும்; அதே சமயம், ஒரு இளவரசன் இதைப் பற்றிக் கவலைப்பட வேண்டியதில்லை, ஏனென்றால் அப்படிப்பட்ட செயல் களைச் செய்பவர்கள் மிகவும் குறைவு; அவனால் நியமிக்கப் பட்ட பணியாளர்களுக்கோ, அவனைச் சுற்றி இருப்பவர் களுக்கோ அல்லது நாட்டுக்குச் சேவை செய்பவர்களுக்கோ,

அவர்கள் மிகவும் பாதிக்கப்பட்டு, இந்தச் செயலைச் செய்யும் எண்ணம் வந்துவிடாதபடி மிகவும் கவனமாக இருக்க வேண்டும். அன்டோனினஸ் இந்த விஷயத்தில் அதிகம் கவனம் எடுத்துக் கொள்ளவில்லை, ஆனால் இறுமாப்புடன், அந்தத் துணைப்படைத் தலைவனின் சகோதரனைக் கொன்றான், அந்தத் தலைவனையும் தினமும் அச்சுறுத்திக் கொண்டிருந்தான், இருப்பினும் அவனைத் தன் பாதுகாவலனாக வைத்திருந்தான்; அதுதான் நிலைமை தலைகீழாக மாறியது, உணர்ச்சிகரமாகச் செயல்படத் தூண்டியது, பேரரசரின் அழிவிற்கும் காரணமாகியது.

இப்போது கம்மோடஸைப் பற்றிப் பார்ப்போம், மார்கஸின் மகன் என்ற முறையில் இவன் தனது பேரரசை மிகச் சுலபமாகத் தக்கவைத்துக் கொண்டிருக்க முடியும், இவன் பாரம்பரியமாகப் பதவிக்கு வந்தவன், இவன் தனது குடிமக்கள் மற்றும் போர் வீரர்களை, இவனது தந்தை காட்டிய வழியில் சென்று அவர்களது நல்லெண்ணங்களைச் சம்பாதித்திருக்க வேண்டும்; ஆனால் இயற்கையில் இவன் முரட்டு சுபாவமும், கொடூர புத்தியும் கொண்டிருந்ததால், தனது போர் வீரர்களைக் களிப்புடனும், கொண்டாட்டங்களுடன் வைத்துக் கொண்டு, அவர்களது புத்தியையும் கெடுத்தான், அப்போதுதான் மக்களின் மீது தனது கொள்ளையடிக்கும் விருப்பத்தை நிறைவேற்ற முடியும் என்று நினைத்தான்; மற்றொரு பக்கம் அவன் தனது மரியாதையைத் தக்கவைத்துக் கொள்ளவில்லை, அடிக்கடி அரங்குகளில், பயிற்சி பெற்ற வீரர்களுடன் மோதி வெற்றி பெறுவதை வழக்கமாக்கிக் கொண்டிருந்தான், அத்துடன் பிற கெட்ட நடவடிக்கைகளிலும் ஈடுபட்டு, ஒரு அரசனுக்குரிய கம்பீரத்திற்கும், மேன்மைக்கும் பொருத்தமில்லாதவனாகவே நடந்து கொண்டான், இதனால் போர் வீரர்களின் வெறுப்பையும் சம்பாதித்துக் கொண்டான், ஒரு பிரிவினரால் வெறுக்கப்பட்டும், மற்றொரு பிரிவினரால் இகழப்பட்டும், அவனுக்கெதிராகச் சூழ்ச்சிகள் செய்யப்பட்டுக் கொல்லப்பட்டான்.

மாக்ஸிமினஸின் குணங்களைப் பற்றி விவாதிப்பது பாக்கியிருக்கிறது, அவன் போரில் மிகவும் விருப்பமுடையவனாக இருந்தான், அத்துடன் இராணுவத்தின் மீதும் விருப்பம் கொண்டிருந்தான், அலெக்ஸாண்டரின் பெண் தன்மை காரணமாக அருவருப்புக் கொண்டிருந்தான்,

இதனைப் பற்றி நான் ஏற்கனவே கூறியிருக்கிறேன், அவனைக் கொன்றதால், அரியணைக்குத் தேர்ந்தெடுக்கப்பட்டான். ஆனால் இதனை நீண்ட நாட்களுக்குத் தக்கவைத்துக் கொள்ள முடியவில்லை, இரண்டு விஷயங்கள் அவனை வெறுக்கும்படியும், இகழும்படியும் செய்தன; ஒன்று, திரேசை அவமதித்தது, (இது அனைவருக்கும் தெரிந்த ஒன்று, இது ஒவ்வொருவருக்கும் இழுக்கு ஏற்படுத்தும் ஒரு செயலாகக் கருதினர்.), மற்றொன்று தனது நாட்டின் எல்லைகளைப் பாதுகாப்பதை விட்டுவிட்டு ரோமிற்குச் சென்று, அந்தப் பேரரசின் தலைமைப் பீடத்தைப் பிடிக்க நினைத்தது; ரோமில் அவனது கொடுஞ் செயல்களுக்காக அவன் பிரபலமடைந்தான், பேரரசின் அனைத்து பகுதிகளிலும் தனது கொடுஞ் செயல்களை அரங்கேற்றினான், ஆகவே உலகம் முழுவதும் அவனுக்கு எதிர்ப்புத் தெரிவித்ததுடன், அவனது குறுகிய புத்தியினால், அவனது பிறப்பையும் சந்தேகப்பட்டது, இவனது காட்டுமிராண்டித் தனத்தைக் கண்டு அச்சப்படவேண்டியிருந்தது. முதலில் அவனுக்கு எதிராக ஆப்பிரிக்கா புரட்சி செய்தது, பிறகு செனட் மக்களைத் திரட்டிப் போராட்டம் நடத்தியது, இத்தாலி முழுவதும் அவனுக்கெதிராகச் சதியாலோசனைகள் நடந்தன, அதில் அவனுடைய சொந்த இராணுவமும் உள்ளடக்கம்: அவனுடைய இராணுவம், அக்யுலியாவை முற்றுகையிட்டது, பல துன்பங்களுக்கிடையே வெற்றி கொண்டது, இதில் அவன் காட்டிய கொடூரம் அனைவரையும் வெறுப்படையச் செய்தது, அவனுக்கெதிராகப் பலர் வெகுண்டெழுந்ததைக் கண்டதும், அவன் மீதிருந்த பயம் போய்விட்டது, அவன் படுகொலை செய்யப்பட்டான்.

ஹிலியோகாபாலஸ், மக்ரினஸ் அல்லது ஜூலியன் ஆகியோரைப் பற்றி நான் விவாதிக்க விரும்பவில்லை, இவர்கள் தங்கள் ஆட்சிக்காலம் முழுவதும் வெறுப்பைத் தான் சம்பாதித்தார்கள், விரைவில் அழிக்கப்பட்டார்கள்; ஆனால் இந்த விவாதத்திற்கு ஒரு முடிவைக் கொண்டுவர விரும்புகிறேன், அதாவது நமது காலத்திய இளவரசர்கள், அவர்களுடைய இராணுவ வீரர்களுக்குத் திருப்தியை அளிப்பதில் சிரமப்படுகின்றனர், ஏனென்றால் அவர்களுக்கு வழங்க வேண்டிய சலுகைகளில் எதைக் கொடுக்க வேண்டுமோ அதை விரைந்து கொடுப்பதில்லை; இந்த இளவரசர்களிடம் உள்ள படைகள் அனுபவம் வாய்ந்தவர்

களைக் கொண்டிருக்கவில்லை; ரோமன் பேரரசைப் பொருத்தவரை மாநிலங்களை நன்றாக நிர்வாகம் செய்யும் திறமை வாய்ந்த இராணுவ அதிகாரிகளைப் பெற்றிருக்க வில்லை; மக்களைவிட இராணுவ வீரர்களுக்கத் திருப்தியளிக் கும் வகையில் நடந்து கொள்வது அவசியம் என்றாலும், இப்போது அனைத்து இளவரசர்களுக்கும் இது மிகவும் அவசியமான ஒன்றாகும், டர்க் மற்றும் சோல்டன் தவிர, ஏனென்றால் இங்கு இராணுவ வீரர்களை விட மக்களைத் திருப்திப்படுத்த வேண்டியிருந்தது, இங்கு மக்கள் மிகவும் சக்தி வாய்ந்தவர்களாக இருந்த காரணத்தினால்.

மேலே கூறியவற்றிலிருந்து டர்க்கை மட்டும் நான் தவிர்த்துவிட்டேன், ஏனென்றால் அவன் எப்போதும் தன்னைச் சுற்றிப் பனிரெண்டு காலாட்படையையும், பதினைந் தாயிரம் குதிரைப்படையினரையும் தனது பாதுகாப்பிற்காக வைத்துக் கொண்டிருந்தான், அத்துடன் அரசின் பலமும் இருந்தது, ஆகவே அவன் மக்களின் நலன்களைப் புறந் தள்ளுவதற்காகவே இராணுவத்துடன் நட்பாக இருக்க வேண்டிய அவசியம் இருந்தது. சோல்டனின் அரசும் இது போன்று தான்; அது முழுவதும் இராணுவ வீரர்களின் பிடியில் இருந்தது, மக்களுக்கு எந்தவித மரியாதையும் இன்றி, ஆகவே அவன் இராணுவத்துடன் நட்பாக இருக்கவேண்டி யிருந்தது. ஆனால் சோல்டனின் ஆட்சி மற்ற இளவரசர் களால் ஆளப்படும் நாடுகளைப் போன்று இல்லையென்பதை நீங்கள் கவனிக்கவேண்டும், ஏனென்றால் அந்த நாடு முழுக்க முழுக்க கிறிஸ்தவ சமயம் சார்ந்த நாடாக இருந்தது, ஆகவே அதனைப் பாரம்பரிய நாடு என்றும் அழைக்க முடியாது; ஏனென்றால் இதற்கு முந்தைய இளவரசர்களின் வாரிசுகள் இங்கு பதவிக்கு வரவில்லை, ஆனால் யாரிடம் அதிகாரமும், பலமும் இருந்ததோ அவர்கள் பதவிக்கு வந்தனா, முநதைய இளவரசர்களின் வாரிசுக்கள், பிரபுக்கள் என்ற அளவில் வைக்கப்பட்டனர். இது காலங்காலமாகக் கடைப்பிடிக்கப் பட்டு வருவதால் இதனை ஒரு புதிய இளவரசின் புதிய நாடு என்று அழைக்க முடியாது, ஏனென்றால் புதிய இளவரசர்கள் ஒரு நாட்டைப் பிடித்து அதனை நிலை நிறுத்தும் தொல்லைகள் எதுவும் இங்கு இல்லை, இந்த நாட்டின் அரசியலமைப்பு மிக மிகப் பழமையானது, ஆகவே இங்கு பதவிக்கு வருபவர்களைப் பாரம்பரியமான அரசர்களைப் போன்று ஏற்றுக்கொள்ள அதில் வழிவகைகள் செய்யப் பட்டிருந்தன.

நாம் விவாதித்துக் கொண்டிருக்கும் பொருளுக்கு மீண்டும் வருகிறேன், நான் கூறுவதைப் பரிசீலிக்கும் எவரும் இந்தக் கருத்தை ஒத்துக் கொள்வார்கள், அதாவது வெறுப்பு அல்லது இகழ்ச்சி ஆகியவை மேலே சொல்லப்பட்ட பேரரசர்களுக்கு அழிவை ஏற்படுத்தியவையாகும், பெரும் பான்மையானவர்கள் ஒரு வழியில் செயல்பட்டனர், மற்றவர்கள் வேறு வழியில் செயல்பட்டனர், ஒவ்வொரு வழியிலும் ஒருவர் மட்டுமே நல்ல முடிவை அடைந்தார், மற்றவர்கள் மோசமான முடிவுகளைச் சந்தித்தனர். பெர்டினாக்ஸ் மற்றும் அலெக்ஸாண்டர் ஆகிய இருவரும் புதிய இளவரசர்களாக இருந்ததால், மார்கஸின் வழியைப் பின்பற்றியது தவறானது மட்டுமன்றி ஆபத்தானதும் கூட; அதுபோன்ற காரகல்லா, கம்மோடஸ் மற்றும் மாக்ஸிமினஸ் ஆகியோர், தங்களிடம் போதுமான வலிமை இல்லாமல், செர்வஸின் வழியைப் பின்பற்றியது முற்றிலும் தவறான செயலாகும். ஆகவே ஒரு இளவரசன், தனது நாட்டிற்குப் புதியவனாக இருக்கும்போது, மார்கஸின் செயல்களைப் பின்பற்ற முடியாது, அதுபோன்றே செர்வஸின் வழியைப் பின்பற்றுவதும் அவசியமற்றது, ஆனால் அவன் தனது நாட்டைப் பாதுகாத்துக் கொள்ளத் தேவையானவற்றை செர்வஸிட மிருந்தும், ஏற்கனவே நல்ல நிலையில் இருக்கும் நாட்டை எப்படி முன்னேற்றுவது என்று மார்கஸிடமிருந்தும் கற்றுக் கொள்ள வேண்டும்.

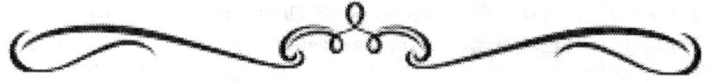

> "வெறுப்பு என்பது கெட்ட செயல்களால் மட்டுமன்றி, நல்ல செயல்களாலும் ஏற்படக்கூடும்."
>
> **- நிகாலோ மேக்கியவல்லி**

அத்தியாயம் - 20

ஒரு இளவரசன் அடிக்கடி பயன்படுத்திக் கொள்ளும் போக்கிடமான கோட்டைகள் மற்றும் பிற இடங்கள் அனுகூலமானவையா அல்லது துன்பமளிப்பவையா?

சில இளவரசர்கள், தங்களுடைய நாடுகளைப் பாதுகாப்பாக வைத்துக் கொள்வதற்காகத் தமது குடி மக்களிடம் ஆயுதங்கள் எதுவும் இல்லாமல் நிராயுதபாணியாக வைத்துக் கொள்வார்கள்; சிலர் தங்கள் குடிமக்கள் வாழும் நகரங்களில் பிரிவினைகள் இருக்கும்படி வைத்துக் கொள்வார்கள்; சிலர் அவர்களுக்குள்ளே விரோத மனப் பான்மையை வளர்த்துவிடுவார்கள்; சிலர் தாம் அரசை அமைக்கும் போது தமக்கு எதிராகச் செயல்பட்டவர்களைத் தம் வசமாக்கத் திட்டங்கள் தீட்டுவார்கள்; சிலர் கோட்டை களைக் கட்டுவார்கள்; சிலர் அவைகளை அழிக்கவும் செய்வார்கள். மேலே குறிப்பிட்டுள்ளவற்றில் ஏதேனும் ஒன்றைப் பற்றிய இறுதித் தீர்ப்பைக் கூறவேண்டுமென்றால், நாம் தீர்ப்புக் கூறவேண்டிய நிலையிலிருக்கும் நாட்டைப் பற்றிய முழு விபரங்களையும் அறிந்திருக்க வேண்டும்; இருப்பினும் அனைவரும் அறிந்துகொண்டு ஒப்புக் கொள்ளும்படி விரிவாகப் பேசப்போகிறேன்.

எந்த இளவரசனும் தனது மக்களை நிராயுதபாணியாக வைத்திருக்கமாட்டான்; அதைவிட அவர்களிடம் ஆயுதங்கள் இல்லை என்று காணும்போது எப்போதும் அவர்களிடம் ஆயுதங்கள் இருக்குமாறு பார்த்துக்கொளவான், ஏனென் றால் அவர்களிடம் ஆயுதங்கள் இருந்தால் அது எப்போதுமே உங்களுக்கு உதவியாக இருக்கிறது, நீங்கள் அவர்களை ஆயுதங்கள் வைத்துக்கொள்ள அனுமதித்தால் உங்களை நம்பாதவர்களும் உங்களிடம் நம்பிக்கை கொள்வார்கள்,

ஏற்கனவே உங்களிடம் நம்பிக்கை வைத்திருப்பவர்கள் அதனைத் தக்கவைத்துக் கொள்கின்றனர், மேலும் உங்களுடைய குடிமக்கள் உங்களது ஆதரவாளர்களாக ஆகிவிடுகின்றனர். ஆனால் அனைத்து குடிமக்களுக்கும் ஆயுதங்களைக் கொடுக்கமுடியாது, இருப்பினும் ஆயுதங்கள் கொடுக்கப்பட்டவர்கள் பலனடைகிறார்கள், மற்றவர்கள் சுதந்திரமாக இருப்பதால் அவர்களைச் சுலபமாகக் கையாளலாம், அவர்களை நீங்கள் நடத்தும் வேறுபாட்டினால் அறியலாம், அதை அவர்களும் புரிந்துகொள்கிறார்கள், அதாவது ஆபத்தில் இருப்பவர்களுக்கு ஆயுதங்கள் தேவையாக இருக்கிறது. மேலும் அவர்களுடைய சேவை, இளவரசனுக்குத் தேவை என்று புரிந்து கொள்கிறார்கள். ஆனால் அவர்களை நிங்கள் ஆயுதமற்றவர்களாக ஆக்கும் போது, உடனடியாக அவர்களின் மனங்களைக் காயப்படுத்துகிறீர்கள், அவர்களின் மீது உங்களுக்கு நம்பிக்கை இல்லையென்று, அல்லது கோழைகள் என்று, அல்லது நம்பிக்கை தேவையென்று, இவற்றில் ஏதாவது ஒரு அபிப்பிராயம் உங்களின் மீது வெறுப்பை வளர்க்கிறது. ஏனென்றால் நீங்கள் ஆயுதமின்றி இருக்கமுடியாது, ஆகவே ஆயுதங்களை வைத்திருந்தவர்கள் அவற்றை இழந்த பின், அவற்றை எப்படியாவது பெற்றுக் கொள்கிறார்கள், அப்போது அவர்கள் கூலிப்படையினராக மாறிவிடுகிறார்கள், அதனைப் பற்றி நான் ஏற்கனவே காட்டியிருக்கிறேன்; அவர்கள் நல்லவர்களாக இருப்பினும், மிகுந்த சக்திவாய்ந்த எதிரிகளிடமிருந்து அல்லது நம்பிக்கையற்ற குடிமக்களிடமிருந்து உங்களைக் காப்பதற்குப் போதுமானதாக இருக்காது. ஆகவே நான் ஏற்கனவே கூறியது போல், ஒரு புதிய இளவரசன், தனது புதிய நாட்டில் எப்போதுமே ஆயுதங்கள் இருக்குமாறு பார்த்துக் கொள்கிறான். வரலாற்றில் இவற்றுக்கு உதாரணங்கள் உண்டு. ஆனால் ஒரு புதிய இளரவசன், ஒரு புதிய நாட்டைப் பிடிக்கும் போது, அதை அவன் தன் நாட்டுடன் இணைத்துக் கொள்ளும்போது, அந்த நாட்டின் மக்களிடம் ஆயுதங்கள் ஏதுமின்றி பார்த்துக் கொள்கிறான், அந்த நாட்டைப் பிடிக்க ஆதரவளித்தவர்களைத் தவிர; அது காலம் மற்றும் சூழ்நிலையைப் பொறுத்தது, நாட்டிலுள்ள அனைத்து ஆயுதந்தாங்கிய மனிதர்களும் உங்களுடைய சொந்த வீரர்களாகவும், உங்களுடைய பழைய நாட்டில் உங்களுடன் வசித்தவர்களாகவும் இருக்குமாறு நிர்வாகத்தை மேற்கொள்வது அவசியம்.

நம்முடைய முன்னோர்களில் மிகவும் புத்திசாலிகள் என்று மதிப்பிடப்பட்டவர்கள், வழக்கமாகக் கூறுவது என்னவென்றால் பிஸ்டோயியாவைப் பிளவுபடுத்தியும், பிஸாவைக் கோட்டைகளாலும் நிலைநிறுத்திக் கொள்வது அவசியம் என்று கூறுவர்; இந்தத் திட்டத்தை வைத்து, அவர்கள் அவர்களுக்குக் கப்பம் கட்டும் சில நகரங்களில் சண்டை சச்சரவுகளை அவர்களே வளர்த்துவிட்டனர், அப்போதுதான் அவர்களைச் சுலபமாகத் தமது கட்டுப் பாட்டிற்குள் வைத்துக்கொள்ள முடியும் என்று இத்தாலி ஒரு வழியில் நடுவு நிலைமையாக இருந்தபோது இந்தத் திட்டம் போதுமானதாக இருந்தது. ஆனால் அது இந்தக் காலத்திற்கும் பொருந்தும் என்று என்னால் ஏற்றுக் கொள்ள முடியும் என்று நினைக்கவில்லை. ஏனென்றால் இந்தப் பிரிவினைவாதம் எப்போதும் பலனளிக்கும் என்று கூற முடியாது; அதே சமயம் இப்படிப் பிரிக்கப்பட்ட நகரங் களிலிருந்து எதிரிகள் உங்கள் மீது பாய்ந்தால் நீங்கள் அவ்வளவு தான் என்று நிச்சயமாகக் கூறமுடியும்; ஏனென்றால் அதில் பலவீனமாக இருக்கும் குழுவினர் எப்போதும் வெளியிலுள்ள எதிரிகளுக்கு ஆதரவு அளிப்பார் கள், அதனை மற்றொரு குழுவினர் எதிர்கக இயலாது. வெனிஷியர்கள் வெளியேற்றப்பட்டனர், அப்படித்தான் நான் நம்புகிறேன், மேலே சொல்லப்பட்ட காரணங்களினால் அவர்களுக்குக் கப்பம் கட்டும் நகரங்களான கயல்ப் மற்றும் கிபெலைன் ஆகியவற்றில் பிரிவினையை வளர்த்தார்கள்; அவர்களுக்குள்ளே நடைபெற்ற தகராறுகளில் இரத்தம் எதுவும் சிந்தவில்லை என்றாலும், அவர்களுக்குள்ளே இருந்த தகராறுகளை அவர்களே தீர்த்துக் கொண்டனர், அப்படியும் அவர்களுக்குள்ளே இருந்த கருத்து வேற்றுமையிலிருந்து விலகிச் செல்லவிடாமல் அவர்களின் ஒற்றுமைக்கு எதிராகச் செயல்பட்டனர். நாம் ஏற்கனவே பார்த்தது போல், இது எதிர்பார்த்த அளவிற்கு நடைபெறவில்லை, ஏனென்றால் வைலா தோற்றோடிய பின், ஒரு பகுதியினர் உடனடியாகத் தைரியத்தை வரவழைத்துக் கொண்டு, நாட்டைக் கைப் பற்றினர். இது இளவரசனின் பலகீனத்தையே காட்டுகிறது, ஏனென்றால் இதுபோன்ற பிரிவினை வாதங்களை நல்ல நிலையில், திடமாக உள்ள நாடுகள் அனுமதிப்பதில்லை; இது தனது குடிமக்களைத் தனது கட்டுப்பாட்டுக்குள் வைத்துக் கொள்ளும் வழி என்றாலும், அமைதியான காலங்களில்

சரியாகத்தான் இருக்கும், ஆனால் போர் என்று வந்து விட்டால், இது தவறான வழி என்று நிரூபிக்கும்.

இளவரசர்கள் தங்களுக்குள் வரும் துன்பங்களையும், தடைகளையும் நேருக்கு நேர் சந்தித்து, அவற்றை வெற்றி கொள்ளும்போது அவர்கள் மிகச் சிறந்தவர்களாக ஆகிவிடுகிறார்கள் என்பதில் சந்தேகமில்லை, பாரம்பரிய மாகப் பதவிக்கு வந்த இளவரசனைவிடப் புதிதாகப் பதவிக்கு வரும் இளவரசன் மிகவும் புகழ் பெற வேண்டும் என்ற தேவை ஏற்படும்போது, அதிர்ஷ்டமும் அவனுக்குத் துணை நிற்கிறது, அத்துடன் அவனுக்கு எதிரிகளும் உருவாகிறார் கள், அவனுக்கெதிராகத் திட்டங்கள் தீட்டுகிறார்கள், அவர்களை இளவரசன் வெற்றி கொள்ளச் சந்தர்ப்பம் கிடைக்கிறது, அவர்களை வெற்றி கொள்வதால் இன்னும் உயருகிறான், அதாவது அவனை எதிர்த்தவர்கள் எந்த வழிகளைப் பயன்படுத்தினார்களோ அதனைத் தனக்கு வெற்றிப்படிகளாகப் பயன்படுத்திக் கொள்கிறான். இந்தக் காரணத்தினால்தான் ஒரு புத்திசாலியான இளவரசன், அவனுக்குச் சந்தர்ப்பம் கிடைக்கும்போது, மிகவும் தந்திரமாக அவன் தனக்கு எதிராக ஒரு பகைமை உணர்வை உருவாக்கிக் கொள்கிறான், பிறகு அதனை அழிப்பதன் மூலம், தான் உயர்ந்தவன் என்று காட்டிப் புகழ் பெறுகிறான்.

இளவரசர்கள், குறிப்பாகப் புதியவர்கள், தாங்கள் புதிதாக ஆட்சியைத் துவங்கும் போது, தங்கள் மீது நம்பிக்கை கொண்டவர்களைவிட, அவநம்பிக்கை கொண்ட வர்கள் மிகவும் விசுவாசமாகவும், தனது வெற்றிக்குத் துணை நிற்பவர்களாகவும் இருக்கின்றனர் என்று கருதுகின்றனர். சியன்னாவின் இளவரசன், பேண்டால்ஃபோ பெர்ரச்சி, தன் மீது நம்பிக்கை கொண்டவர்களைவிட, அவநம்பிக்கை கொண்டவர்களை வைத்து ஆட்சியை நடத்தினான். ஆனால் இதனை வைத்து எவரும் பொதுவான கருத்துக்களைப் பேசிவிட முடியாது, ஏனென்றால் இது ஒவ்வொரு தனி நபரின், அதாவது ஒவ்வொரு இளவரசனின் குணத்திற்கேற்ப மாறக்கூடியது; நான் இதை மட்டும் கூறுவேன், அதாவது ஒரு இளவரசன் ஒரு புதிய நாட்டைக் கைப்பற்றி ஆட்சி செய்யத் துவங்குவதற்கு எதிர்ப்பாக இருப்பவர்கள் ஆதரிப்பதற்கு உதவி தேவை என்ற நிலையில் அதை மிகச் சுலபமாகப் பெற்றுவிடுகிறார்கள், ஆனால் ஒரு காலகட்டத்தில் அவர்கள்

இளவரசனுக்கு விசுவாசமாகப் பணிபுரிய வேண்டிய கட்டாயத்தில் இருக்கிறார்கள், அத்துடன் அவர்களது நல்ல செயல்களால் அவர்களின் மீது இளவரசன் கொண்டிருக்கும் கெட்ட அபிப்பிராயங்களை மாற்ற வேண்டியது அவசியமாக இருக்கிறது; இப்படி ஒரு இளவரசன், அவனுக்குப் பாதுகாப்பாகப் பணிபுரிந்து, அவனது நலன்களைப் புறக்கணிப்பவர்களைவிட, எதிர்ப்பாளர்களாக இருந்து விசுவாசமாக மாறியவர்களிடம் அதிக பலன்களைப் பெற்றுக் கொள்கிறான். ஆகவே, இது அவசியம் என்கிறபோது, ரகசியமான வழிகளில் ஆதரவு பெற்று ஒரு நாட்டைக் கைப்பற்றிய இளவரசனை நான் எச்சரிக்கை செய்யாமல் இருக்க முடியாது, அதாவது அவனுக்கு ஆதரவு கொடுப் பதற்கு அவர்களைத் தூண்டிவிட்ட காரணங்களை அவன் கட்டாயம் பரிசீலிக்க வேண்டும்; அது உண்மையில் அவன் மீதுள்ள பற்றுதலினால் அல்ல என்கிறபோது, அது நாட்டின் மீதிருக்கும் வெறுப்பும் ஒரு காரணமாக இருக்கும், அப்படி யானால் அவன் அவர்களை நட்புடன் வைத்துக்கொள்ள மிகவும் தொல்லைகளையும், துன்பங்களையும் அனுபவிக்க வேண்டியிருக்கும், ஏனென்றால் அவர்களை முழுமையாகத் திருப்திப்படுத்த முடியாது. இந்தக் காரணங்கள் அனைத்தை யும் சீர்தூக்கிப் பார்க்கும்போது, இவற்றுக்கான உதாரணங் களைப் பழங்கால மற்றும் இக்கால நிகழ்வுகளிலிருந்து எடுத்துக் கொள்ளலாம், ஒரு இளவரசன், தான் ஆட்சிக்கு வருவதற்கு முன் இருந்த அரசின் மீது அவநம்பிக்கை கொண்டவர்களை நட்புடன் வைத்துக் கொள்வது மிகச் சுலபம் என்பதை நாம் காணலாம், ஆகவே அவன் மீது நம்பிக்கை கொண்டவர்களைவிட, முந்தைய அரசின் மீது அவநம்பிக்கை கொண்டவர்கள் அவனுக்கு ஆதரவாக இருப்பார்கள், மேலும் அவன் அந்த நாட்டைக் கைப்பற்று வதற்கு உற்சாகப்படுத்துவார்கள்.

இளவரசர்கள் தங்கள் நாடுகளைப் பாதுகாப்பாகத் தக்கவைத்துக் கொள்ளவும், தங்களுக்கு எதிராகத் திட்டமிடு பவர்களிடமிருந்து தப்பித்துக் கொள்ளவும் கோட்டை களைக் கட்டுவார்கள், அதாவது அவர்கள் முதலில் தாக்குதல் நடத்தினால் தப்பித்து அடைக்கலம் புகுவதற்காக, இது இளவரசர்களிடையே ஒரு வழக்கமாக ஆகிவிட்டது. நான் இந்தச் செயலை வரவேற்கிறேன். அதற்கு மாறாக நம் காலத்தில் மெஸ்ஸர் நிகாலோ விடெல்லி, சிட்டா டி

கேஸ்டெல்லோவில் இரண்டு கோட்டைகளைத் தகர்த்ததைப் பார்த்திருக்கலாம், அந்த நாட்டைக் கைப்பற்றுவதற்காக; அர்பினோவின் டியூக், கைடு பால்டோ, செசரே போர்கியாவால் விரட்டியடிக்கப்பட்டபோது, தனது நாட்டிற்குத் திரும்பியதும், மாநிலங்களிலுள்ள கோட்டைகளை முற்றிலுமாக அழித்தான்; பெண்டிவோக்லியோ, போலோக்னாவிற்குத் திரும்பியதும் அதே போன்ற முடிவுகளை எடுத்தான். ஆகவே, கோட்டைகள் சூழ்நிலைக்குத் தக்கவாறு பயன்படுகின்றன அல்லது பயன்படாமல் போய்விடுகின்றன; அவை ஒரு வகையில் உங்களுக்கு நல்லவையாக இருந்தாலும் மற்றொரு வகையில் துன்பமாக இருக்கின்றன. இதைப் பற்றிப் பேசும்போது, அதற்கான காரணங்களை இப்படிக் கூறலாம்; ஒரு இளவரசன், வெளிநாட்டு சக்திகளைவிடத் தனது மக்களுக்குப் பயப்படும் போது, கோட்டைகளைக் கட்டிக் கொள்ள வேண்டும், ஆனால் மக்களைவிட வெளிநாட்டு சக்திகளுக்குப் பயப்படும் போது அந்த எண்ணத்தை விட்டுவிட வேண்டும். ஃபிரான்செஸ்கோ ஸ்ஃபோர்ஜாவால் கட்டப்பட்ட மிலன் கோட்டை, ஸ்ஃபோர்ஜாவின் அமைச்சரவைக்கு மிக மோசமான சீர்கேட்டைக் கொண்டு வந்தது. இந்தக் காரணத்திற்காக, மிகச் சிறந்த கோட்டை என்பது - மக்களால் வெறுக்கப் படக்கூடாது, ஏனென்றால் நீங்கள் கோட்டையினுள் இருந்தாலும், மக்கள் உங்களை வெறுக்கும்போது, அது உங்களைக் காப்பாற்றாது, உங்களுக்கு எதிராக அவர்கள் ஆயுதங்களைத் தூக்கும்போது, அவர்களை ஆதரிக்க எந்த வெளிநாட்டு சக்திகளும் தேவைப்படாது. நமது காலத்தில் எந்த ஒரு இளவரசனுக்கும் பயனளித்த கோட்டைகளைப் பார்க்க முடியவில்லை; ஃபோர்லி கோமாட்டியைத் தவிர, அவருடைய கூட்டாளியான கிரோலாமா கோமகன் கொல்லப்பட்டபோது அவருக்கு உதவியது கோட்டைதான்; ஏனென்றால் அந்தக் கோட்டை இருந்ததால்தான் அவர் மீது நடத்தப்பட்ட மிகப் பெரும் தாக்குதலின் போது, மிலனிலிருந்து உதவி வரும் வரை தாக்குப் பிடிக்க முடிந்தது, அதனால் நாட்டையும் காப்பாற்ற முடிந்தது; அந்த நேரத்தில் அவர் மீது தாக்குதல் நடத்திய மக்களுக்கு வெளியிலிருந்து உதவி கிடைக்கவில்லை. ஆனால் செசரே போர்கியா தாக்குதல் நடத்தியபோது, அந்தக் கோட்டைகள் அவருக்குப் பெரிதும் உதவவில்லை, அவரது எதிரிகளான மக்கள்

அப்போது வெளிநாட்டு சக்திகளுடன் கைகோர்த்துக் கொண்டதால். ஆகவே அவர் கோட்டைகளை நம்பியிருப்பதைவிட, மக்களின் வெறுப்பைச் சம்பாதித்துக் கொள்ளாமல் இருந்திருக்க வேண்டும், முதலிலும் பிறகும், இவை அனைத்தையும் பரிசீலித்த பின், நான் கோட்டைகளைக் கட்டியிருப்பவர்களையும், கோட்டைகள் இல்லாமல் இருப்பவர்களையும் பாராட்டுவேன், ஆனால் மக்களின் வெறுப்பைச் சட்டை செய்யாமல், அந்தக் கோட்டைகளை மட்டும் நம்பிக் கொண்டிருப்பவர்களை நான் குற்றம் கூறுவேன்.

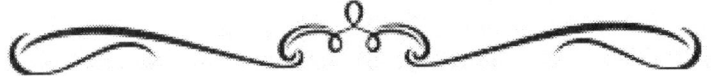

> "வெற்றி பெற்றவர் உங்களுக்கு மரியாதை செய்யக் கூடாது என்பதற்கு வெற்றிகள் ஒருபோதும் முடிந்து விட்ட முடிவல்ல.
>
> - நிகாலோ மேக்கியவல்லி

அத்தியாயம் - 21

புகழை அடைவதற்காக ஒரு இளவரசன் எப்படி நடந்து கொள்ளவேண்டும்

நல்ல நிர்வாகம் மற்றும் நல்ல முன்னுதாரணம் ஆகியவற்றைத் தவிர வேறு எதுவும் ஒரு இளவரசனுக்கு நல்ல மதிப்பைப் பெற்றுத் தர முடியாது. நம் காலத்தில் ஸ்பெயினின் இப்போதைய அரசனான ஆரகானின் ஃபெர்டினாண்டை உதாரணமாகக் கூறலாம். அவன் கிட்டத்தட்ட ஒரு புதிய இளவரசன் என்றே கூறலாம், ஏனென்றால் அவன் புகழ் மற்றும் மேன்மையான குணங்களினால் மேலே வந்தவன், அவன் சிறப்பாகக் குறிப்பிடும்படியான அரசனாக இல்லாதிருந்த போதிலும், கிறிஸ்தவ உலகின் மிகப் பெரும் அரசனாக ஆனான்; அவனுடைய நற்செயல்களை நீங்கள் கூர்ந்து கவனித்தால், அவை அனைத்தும் சிறப்பானவையாகவும், ஒரு சில செயல்கள் மிக உன்னதமானவையாக இருந்ததைக் காண்பீர்கள். அவனது ஆட்சியின் துவக்கத்தில் அவன் கிரானடாவைத் தாக்கினான், இதுதான் அவன் தனக்கென்று நிலையான ஒரு ஆட்சிப் பகுதியை அமைத்துக் கொள்வதற்கான துவக்கமாக இருந்தது. முதலில் இதனை எந்தவிதத் தடையும், அச்சமின்றிச் செய்தான், இதற்காக கேஸ்டைலின் பிரபுக்களின் மனதில் எப்போதுமே போரைப் பற்றிய எண்ணம் மட்டுமே இருக்குமாறு பார்த்துக் கொண்டான், வேறு சிந்தனைகள் எழ அவகாசம் அளிக்கவில்லை, இதனால் அவன் தனது வலிமையை அதிகரித்துக் கொள்கிறான் என்றும், தங்களின் மீது மிகுந்த அதிகாரத்தைச் செலுத்துகிறான் என்ற எண்ணம்கூட அவர்களுக்கு வரவில்லை. அவன் தனது இராணுவத்தைப் பராமரிப்பதற்கான செலவுகளைச் சர்ச்சின் வருமானத்திலிருந்தும், மக்களிடமிருந்தும் பெற முடிந்தது, அவனிடம் வித்தியாசமான திறமை இருக்கிறது என்பதை வெளிப்படுத்திய அந்த நீண்ட

போர், அவனது இராணுவத்தின் பெருமையை நிலை நிறுத்திக் கொள்ள உதவியாக இருந்தது. மேலும் அவன் எப்போதும் அவனுடைய மிகச் சிறந்த திட்டங்களைச் செயல்படுத்த, மதத்தின் பெயரைப் பயன்படுத்தினான், மூர்களின் சாம்ராஜ்ஜியத்தை அழிப்பதற்கும், அவர்களை விரட்டியடிப்பதற்கும், இறைபக்தி மற்றும் நம்பிக்கையுடன் ஈடுபட்டான்; இதைவிடச் சிறந்த உதாரணத்தை வேறு எங்கும் காண முடியாது. இந்தப் போர்வையில் தான் அவன் ஆப்பிரிக்காவைத் தீவிரமாகத் தாக்கினான், இத்தாலியின் மீது வெகுவேகமாக இறங்கினான், இறுதியில் பிரான்ஸைத் தாக்கினான்; இப்படி அவனுடைய சாதனைகள் மற்றும் திட்டங்கள் எப்போதுமே மிகச் சிறப்பாக இருந்தன, அத்துடன் அவனது மக்களின் மனதில் எப்போதுமே அவன்மீது ஈர்ப்பு இருக்குமாறு பார்த்துக் கொண்டான். அவனுடைய நாட்டில் எவரும் அவனுக்கு எதிராகச் செயல்பட நேரம் அளிக்காதவாறு, ஒன்று முடிந்ததும் அடுத்தது, என்று அவனது செயல்பாடுகள் இருக்குமாறு பார்த்துக் கொண்டான்.

மெஸ்ஸர் பெர்னபோ டி மிலனோவின் செயல்களைப் போன்று ஒரு இளவரசன் சாதனை செய்வது, உலக நிகழ்வுகளில் வித்தியாசமான சாதனைகளை ஏற்படுத்தியதற்கான உதாரணமாகத் திகழும், பெர்னபோவிற்குச் சந்தர்ப்பம் கிடைக்கும் போதெல்லாம், சிவில் வாழ்வில் எவராவது அரிய செயல்களைச் செய்தால், அது நல்லதாகவோ அல்லது கெட்டதாகவோ இருந்தாலும், அவருக்கு உடனடியாகப் பரிசுகள் கொடுப்பதற்கோ அல்லது தண்டனை கொடுப்பதற்கோ அவன் மேற்கொண்ட சில வழிகள், அவனைப் பற்றி உலகம் முழுவதும் பேசுவதற்குக் காரணமாக இருந்தன. ஆகவே ஒரு இளவரசன், அனைத்தையும்விட, தன்னுடைய ஒவ்வொரு செயலின் மூலமும், அவனுக்கு மரியாதை கிடைக்கும்படியும், அவனைச் சிறந்தவன் என்று குறிப்பிடும்படியாகவும் இருக்கவேண்டும்.

ஒரு இளவரசன் ஒரு நல்ல நண்பனாகவோ அல்லது நேர்மையான எதிரியாகவோ இருக்கும்போதுகூட, மதிக்கப்படுகிறான், அதாவது, எதையும் ஒதுக்கித் தள்ளிவிடாமல், ஒரு தரப்பிற்குத் தனது ஆதரவையும், மற்றொரு தரப்பிற்கு எதிர்ப்பையும் அறிவிக்கிறான்; இது நடுவுநிலைமை வகிப்பதைவிட மிகவும் அனுகூலமாக இருக்கிறது; ஏனென்றால்

உங்கள் அண்டை நாடுகளில், இரண்டு வலிமை வாய்ந்த வர்கள் ஒருவரை ஒருவர் தாக்கிக் கொண்டால், அவர்களில் ஒருவர் வெற்றி பெறுகிறார், நீங்கள் அவருக்குப் பயப்பட வேண்டும் அல்லது பயப்படாமல் எதிர்த்து நிற்கவேண்டும். இந்த இரண்டு விஷயங்களும் உடனடியாகப் போரை அறிவிக்கக்கூடிய அனுகூலத்தையே கொண்டுவரும்; ஏனென் றால் நீங்கள் பயப்படும்போது, முதலில் நீங்கள் போரை அறிவிக்கவில்லை என்றால், வெற்றி பெற்றவரின் கைகளில் விழுந்துவிடுவீர்கள், வெற்றி பெற்றவரின் மகிழ்ச்சியையும், திருப்தியையும் நிறைவேற்றி வைக்கும் நிலைக்குத் தள்ளப் படுவீர்கள், உங்களைப் பாதுகாக்கவோ, காப்பாற்றவோ அங்கு எதுவும் இருக்காது. வெற்றி பெறுபவர் சந்தேகத் திற்குரிய நண்பர்களை எப்போதும் விரும்பமாட்டார்கள், ஏனென்றால் அப்படிப்பட்டவர்கள் துன்ப காலங்களில் உதவமாட்டார்கள்; தோல்வியுற்றவர் உங்களுக்குப் புகலிடம் கொடுக்கமாட்டார், ஏனென்றால் உங்களிடம் தகுந்த வலிமை இருந்தும் நீங்கள் அவருக்கு உதவ விரும்பவில்லையென்று.

ஆன்டியோகஸ் கிரீசுக்குச் சென்றார், ரோமன்களை விரட்டியடிப்பதற்காக எயிடோலியன்சால் அனுப்பப் பட்டார். ரோமன்களின் நண்பர்களான அகாயியன்களிடம் தூதுவர்களை அனுப்பினார், நடுவுநிலைமையாக இருக்க வேண்டுமென்று வற்புறுத்துவதற்காக; மற்றொரு பக்கம் ரோமன்கள் தங்களுக்கு ஆதரவாக ஆயுதங்களை எடுக்கும் படி அகாயியன்களை வற்புறுத்தினர். ஆகாயியன்களின் கவுன்சிலில் விவாதிப்பதற்காக இந்தப் பிரச்சினை கொண்டு செல்லப்பட்டது, அங்கே ஆன்டியோகசின் தூதுக் குழுவினர் நடுவுநிலைமை காக்கும்படி அவர்களை வலியுறுத்தினர். இதற்கு ரோமன் குழுவினர்: “ஏற்கனவே கூறப்பட்டபடி, எங்கள் நாட்டின் போரில் கலந்து கொள்ளாமலிருப்பது உங்களுக்கு நல்லது, உங்கள் நாட்டிற்கும் அனுகூலமானது, இதில் தவறேதும் இருக்க முடியாது; ஆனால் நீங்கள் இதில் தலையிடாமல் இருந்தால், எதிரணிக்கு ஆதரவாக இருந் தமைக்காக உங்களுக்கு எந்தவித உதவியும் கொடுக்காமல் விலக்கி வைக்கப்படுவீர்கள்,” என்று அறிவித்தனர். ஆகவே உங்களுக்கு நண்பர்களாக இல்லாதவர் உங்களை நடுவுநிலை மையாக இருக்கக் கேட்டுக் கொள்வது எப்போதும் நடை பெறுவதுதான், அதே சமயம் நண்பர்களாக இருப்பவர் களுக்கு நீங்கள் போருக்குத் தயார் என்று அறிவிக்க

வேண்டுமென்ற எதிர்பார்ப்பு இருக்கும். ஆகவே தயக்கம் இருக்கும் இளவரசர்கள், வரப்போகும் ஆபத்தைத் தவிர்க்கப் பொதுவாக நடுவுநிலைமையையே பின்பற்றுவார்கள், அதே சமயம், அதனால் அழிவையும் தேடிக் கொள்வார்கள். ஆனால் ஒரு இளவரசன் வீரத்துடன் ஒரு தரப்பினருக்கு ஆதரவை அளிக்கும் போது, அவன் கைகோர்த்துக் கொண்ட தரப்பினர் வெற்றி பெற்றால், அவர் மிகுந்த வலிமையுடைய வராக இருந்தபோதிலும், தனக்கு ஆதரவு கொடுத்தவருக்கு அனைத்தும் செய்யத் தயாராக இருப்பார், அவர்களுக் கிடையே ஒரு நட்பு ஒப்பந்தமும் ஏற்படுத்தப்படுகிறது; உங்களை நசுக்குவதன் மூலம் நன்றி கெட்டதனத்தின் நினைவுச் சின்னமாக இருப்பதற்கு மனிதர்கள் ஒருபோதும் வெட்கங்கெட்டவர்களாக இருந்ததில்லை. வெற்றி பெற்றவர் உங்களுக்கு மரியாதை செய்யக்கூடாது என்பதற்கு வெற்றிகள் ஒருபோதும் முடிந்துவிட்ட முடிவல்ல. ஆனால் நீங்கள் கூட்டணி வைத்துக் கொண்டவர் தோல்வியுற்றால், அவர் உங்களுக்குப் புகலிடம் அளிக்கலாம், உங்களுக்கு உதவியும் செய்யலாம், மீண்டும் ஒரு நல்ல சந்தர்ப்பம் கிடைத்து நல்ல நிலைக்கு எழும்போது அவர் உங்களுக்கு உற்ற தோழனாக இருப்பார்.

இரண்டாவதாகச் சொல்லப்பட்ட விஷயத்தில், போரிடுபவர்கள் மீது உங்களுக்கு எந்தவித ஆர்வமும் இல்லை என்கிறபோது, யார் வெற்றி பெற்றால் என்ன என்ற மனநிலை எழுகிறது, அப்போது முன் ஜாக்கிரதையுடன் புத்திசாலித்தனமாக ஒருவருடன் கூட்டணி வைத்துக் கொள்ள வேண்டும், ஏனென்றால் ஒருவருக்கு உதவி செய்வதன் மூலம் மற்றொருவரின் வீழ்ச்சிக்கு நீங்கள் உதவுகிறீர்கள், வெற்றி பெற்றவன் புத்திசாலியாக இருந்தால் அவனைக் காப்பாற்றுவான்; வெற்றி பெற்றதும், அவன் உங்களுக்கு உதவியாக இருக்கமாட்டான் என்று கூற முடியாது, அவன் உங்கள் விருப்பப்படி எப்போதும் நடந்து கொள்வான். இங்கே நாம் குறிப்பிடவேண்டியது என்ன வென்றால், ஒரு இளவரசன், ஒருவர் மீது தாக்குதல் நடத்தும் போது, அவன் கூட்டணி அமைப்பவர் அவனைவிட வலிமையானவராக இல்லாதவாறு கவனமாக இருக்க வேண்டும், மேலே கூறியபடி கட்டாயத் தேவை ஏற்பட்டால் தவிர; ஏனென்றால் அவர் வெற்றி பெற்றால் அவரது விருப்பத்திற்கு நீங்கள் நடக்க வேண்டியிருக்கும், ஒரு

இளவரசன் இதுபோன்று அடுத்தவரின் விருப்பத்திற்கு நடந்துகொள்வதை முடிந்தவரை தவிர்க்கவேண்டும். மிலனின் டியூக்கிற்கு எதிராக வெனிஷியர்கள் பிரான்ஸுடன் சேர்ந்து கொண்டார்கள், இந்தக் கூட்டணி வெனிஷியர் களின் அழிவிற்குக் காரணமாக இருந்தது, இது தவிர்க்கப் பட்டிருக்கலாம். ஆனால் இதைத் தவிர்க்க முடியாதபோது, லம்பார்டியைத் தாக்குவதற்கு, போப்பும், ஸ்பெயினும் இராணுவத்தை அனுப்பியபோது ஃபிளோரண்டைன்களுக்கு நிகழ்ந்தது போல, அப்படிப்பட்ட நேரத்தில், மேலே கூறப் பட்ட காரணங்களுக்காக, ஒரு இளவரசன் இவற்றில் ஏதேனும் ஒரு தரப்பினருக்கு மட்டுமே ஆதரவாக இருக்க வேண்டும்.

எந்த ஒரு அரசும், தன்னால் மிகச் சிறந்த பாதுகாப்பு வழிமுறைகளைத் தேர்ந்தெடுக்க முடியும் என்று நினைக்கக் கூடாது; அதற்குப் பதிலாக சற்றுச் சந்தேகமளிக்கக்கூடிய வழிமுறைகளையும் தன்னால் சந்திக்கமுடியும் என்று எதிர்பார்க்கவேண்டும், ஏனென்றால் சாதாரண விஷயங் களில்கூட ஒரு தொல்லையைத் தீர்க்காமல், மற்றொரு தொல்லையைத் தவிர்ப்பதற்கான வழிகளைத் தேடக்கூடாத; ஆனால் விவேகம் என்பது தொல்லைகளின் தன்மைகளைப் பகுத்து ஆராய்வது எப்படி என்று தெரிந்துகொள்வதாகும், மேலும் எதில் குறைந்த அளவு கெடுதல் இருக்கிறது என்பதைத் தேர்ந்தெடுக்கவும் தெரிந்து கொள்வதாகும்.

ஒரு இளவரசன் பிறரது திறமைகளை ஆதரிப்பவனாகக் காட்டிக் கொள்ளவேண்டும், அவர்களது ஒவ்வொரு செயலையும் பாராட்ட வேண்டும். அதே சமயம், அவனது குடிமக்களின் குறைகளைக் குழப்பமின்றி அமைதியான முறையில் தீர்த்துவைத்து அவர்களை உற்சாகப்படுத்த வேண்டும், வியாபாரம் மற்றும் விவசாயம் மற்றும் அனைத்து விஷயங்களிலும், அப்போது தான் ஒருவர் தனது நிலையை உயர்த்திக் கொண்டு, சொத்துக்களைச் சேர்த்துக் கொள்ளும் போது, அவை அவரிடமிருந்து எடுத்துக் கொள்ளப்பட மாட்டா என்ற பயம் விலகும், மேலும் ஒருவர் அதிகமான வரியைச் செலுத்தவேண்டியிருக்கும் என்ற பயத்தினால் தனது வியாபாரத்தைத் துவக்குவதற்கு பயப்படமாட்டார்; அதே சமயம், இப்படிப்பட்ட செயல்களைச் செய்ய விரும்புபவர்களுக்கு அல்லது திட்டமிடுபவர்களுக்கு,

அவர்களால் நகரத்திற்கும், நாட்டிற்கும் முன்னேற்றம் விளையும் என்பதால் அவர்களுக்குப் பாராட்டுக்களை வழங்குவதற்குத் தயங்கக்கூடாது.

மேலும், மக்களை மகிழ்விப்பதற்காக ஆண்டில் குறிப்பிட்ட காலங்களில் விழாக்கள் மற்றும் சிறப்பு நிகழ்ச்சிகள் போன்றவற்றை நடத்தவேண்டும்; மேலும் ஒவ்வொரு நகரமும் குழுக்கள் மற்றும் கூட்டமைப்புகளாகப் பிரிக்கப்பட்டிருப்பதால், அவற்றுக்கு மதிப்பளித்துச் சிறப்பாக நடத்த உதவ வேண்டும், சில சமயங்களில் அவற்றுடன் சேர்ந்து செயல்படவும் வேண்டும், மேலும் இந்தச் செயல்களின் மூலம் அவன் நற்பண்புகள் உள்ளவன் மற்றும் சுதந்திரமானவன் என்பதற்கு உதாரணமாக விளங்கவேண்டும்; இருந்தபோதிலும் அவன் தனது பதவிக்குரிய கம்பீரத்தை எப்போதும் நிலைநிறுத்திக் கொள்ளவேண்டும், அவனை எதிலும் குறை கூறும்படியாக வைத்துக் கொள்ளக் கூடாது.

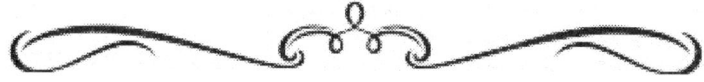

"மனிதர்களிடம் மூன்று விதமான புரிந்துகொள்ளும் திறன்கள் உள்ளன: ஒன்று தன் திறனைத் தானே அறிந்து கொள்வது; மற்றொன்று மற்றவர்களிடம் உள்ள திறனைப் பாராட்டுவது; மூன்றாவது தன் திறனையும், மற்றவரின் திறனையும் அறிந்து கொள்ளாமலிருப்பது."

- நிகாலோ மேக்கியவல்லி

அத்தியாயம் - 22

இளவரசர்களின் காரியதரிசிகளைப் பற்றி

பணியாளர்களின் தேர்வு, ஒரு இளவரசனுக்கு ஒன்றும் சாதாரணப் பணியல்ல, அவர்கள் நல்லவர்கள் அல்லது நல்லவர்களல்ல என்பதல்ல, இளவரசனுக்குச் சாதகமாக இருக்க வேண்டும். ஒரு இளவரசன் தனது முதல் அபிப் பிராயத்திலேயே அறிந்துகொள்ள வேண்டியது, புரிந்து கொள்ள வேண்டியது என்னவென்றால், அவனைச் சுற்றி யுள்ள மனிதர்களைக் கூர்ந்து கவனிப்பதுதான்; அவர்கள் எதையும் சாதிக்கும் திறனுடையவர்களாக, நம்பிக்கையுடைய வர்களாக இருந்தால், அந்த இளவரசன் புத்திசாலி என்று கூறப்படுவான், ஏனென்றால் அவன், திறனுடையவர்களைக் கண்டுபிடித்து அவர்களை நம்பிக்கையுடையவர்களாக எப்படி வைத்துக் கொள்வது என்று அறிந்திருக்கிறான். அவர்கள் நம்பிக்கையுடையவர்களாக இல்லாவிடில், இளவர சனின் மீது நல்ல அபிப்பிராயம் கொள்ளமுடியாது, ஏனென் றால் அவன் செய்த அடிப்படைத் தவறு என்னவென்றால் அவர்களைத் தேர்ந்தெடுத்தது தான்.

சியன்னாவின் இளவரசன் பேன்டால்ஃபோ பெட்ருச்சி யின் பணியாளன் மெஸ்ஸர் அன்டோனியோ டா வெனஃப் ரோவை ஒருவரும் அறிந்திருக்கமாட்டார்கள், வெனஃப் ரோவை அவனது பணியாளனாக வைத்திருக்கும் பேன்டால் ஃபோவை ஒரு புத்திசாலி என்று எவரும் கூறமாட்டார்கள். ஏனென்றால் அங்கே மூன்று விதமான புரிந்துகொள்ளும் திறன்கள் உள்ளன: ஒன்று தன் திறனைத் தானே அறிந்து கொள்வது; மற்றொன்று மற்றவர்களிடம் உள்ள திறனைப் பாராட்டுவது; மூன்றாவது தன் திறனையும் அறிந்து கொள்ளாமல் மற்றவர் திறனையும் அறிந்து கொள்ளாம லிருப்பது; முதலாவது சொல்லப்பட்டது மிகச் சிறந்தது, இரண்டாவது நல்லது, மூன்றாவது எந்தப் பயனுமற்றது. ஆகவே நாம் அவசியம் பின்பற்ற வேண்டியது என்ன

வென்றால், பேன்டால்ஃபோ முதலாவது வகையைச் சேர்ந்தவர் இல்லையென்றால், அவர் இரண்டாவதைச் சேர்ந்தவர், ஏனென்றால் ஒருவர் நல்லது கெட்டது ஆகியவற்றைத் தீர் மானிக்க வேண்டியபோதெல்லாம், அது சொல்லப்பட்டதோ, அல்லது செய்யப்பட்டதோ, அதை அவன் அறிந்துகொள்ள ஆர்வமாக இல்லாதபோதும், அவனால் தனது பணியாள னிடம் உள்ள நல்லவை கெட்டவைகளை அறிந்து கொள்ள முடியும், நல்லதைப் பாராட்டவும், கெட்டதைச் சரிசெய்யவும் முடியும்; ஆகவே ஒரு பணியாளன் அவனை ஏமாற்ற முடியாது, மரியாதை யுடன் வைக்கப்படுகிறான்.

ஆனால் ஒரு இளவரசன் தனது பணியாளரைப் பற்றிய நல்ல அபிப்பிராயத்தை ஏற்படுத்திக் கொள்ளப் பரிசோதனை ஒன்று இருக்கிறது, அது எப்போதும் தோல்வியடைந் ததில்லை; ஒரு பணியாளன் உங்கள் நலன்களைக் கவனிக் காமல், தனது நலன்களைப் பற்றி அதிகமாக நினைப்பதைக் காணும் போதும் ஒவ்வொரு செயலிலும் தனக்கு என்ன லாபம் என்று உள்ளூரத் தேடும்போதும், அப்படிப்பட்டவன் ஒரு நல்ல பணியாளனாக இருக்க முடியாது, அவனை நீங்கள் எப்போதும் நம்ப முடியாது; பிறருடைய நிர்வாகம் ஒரு பணியாளனின் கையில் இருக்கும் போது, அவன் தன்னைப் பற்றி நினைக்கக் கூடாது, அது தனது இளவரசருடையது என்று நினைக்க வேண்டும், இளவரசனுக்குத் தொல்லை கொடுக்கக்கூடிய, இளவரசனுக்குச் சம்பந்தமில்லாத விஷயங் களில் கவனம் செலுத்தக்கூடாது.

மற்றொரு வகையில், தனது பணியாளரை மரியாதை யுடன் வைத்துக் கொள்ள வேண்டும், அவனது பொருளா தார நிலையை உயர்த்த வேண்டும்; அவனிடம் அன்பு செலுத்த வேண்டும், அவனது சுகதுக்கங்களில் பங்கெடுத்துக் கொள்ள வேண்டும்; அதே சமயம் அவன் தனியாக எதையும செய்யத் துணிகின்றானா என்று பார்க்க வேண்டும், அப்போதுதான் அவனுக்கு அளிக்கப்பட்ட மரியாதைகள் அவனைப் பேராசைக்காரனாக ஆக்கிவிடாமல் இருக்கும், அவனது பொருளாதார உயர்வு அவனுக்கு மேலும் அதிகமாகப் பொருள் சேர்க்க வேண்டுமென்று விருப்பப்பட வைக்கும், இவை அவனை முற்றிலும் மாற்றிவிடலாம். ஆகவே, பணியாளர் மற்றும் இளவரசன் ஆகியோர் ஒருவரை ஒருவர் நம்ப வேண்டும், ஆனால் அப்படி நடக்கவில்லை யென்றால், முடிவு எப்போதும் யாராவது ஒருவருக்கு அழிவைக் கொடுக்கும்.

> "நல்ல ஆலோசகர்கள், எப்போதும் இளவரசரின் புத்திசாலித் தனத்தை உயர்த்துபவர்களாக இருக்கவேண்டும், அந்த ஆலோசகர்களிடமிருந்து இளவரசன் பாடம் கற்றுக் கொள்பவனாக இருக்கக் கூடாது."
>
> - நிகாலோ மேக்கியவல்லி

அத்தியாயம் - 23

போலியாக முகஸ்துதி செய்பவர்களை எப்படித் தவிர்ப்பது

இந்த முக்கியமான தலைப்பை விட்டுச் செல்ல நான் விரும்பவில்லை, ஏனென்றால் இது மிகவும் அபாயமானது, இதிலிருந்து இளவரசர்கள் தப்பிப்பது மிகவும் சிரமமான ஒன்றாகும், அவர்கள் கவனமாக இருந்தால் தவிர இது பாராளுமன்றம் மற்றும் அரசவைகளில் நிறைந்திருக்கும் போலியாக முகஸ்துதி செய்பவர்களைப் பற்றியது, ஏனென்றால் மனிதர்கள் தங்களுடைய சுயநலத்தை மட்டுமே பெரிதாக நினைப்பவர்கள், ஆனால் ஒரு வகையில் இதன் மூலம் தம்மைத் தாமே ஏமாற்றிக் கொள்கிறார்கள், அதாவது தன் மனதில் இந்த நச்சரிப்பின் காரணமாகப் பல தொல்லை களை அனுபவிக்கிறார்கள், இதிலிருந்து தம்மைக் காத்துக் கொள்வதற்காக, வெறுப்பு என்ற ஆபத்திற்குள் சிக்கிக் கொள்கிறார்கள். போலியாகப் புகழ்பவர்கள் அதாவது முகஸ்துரி செய்பவர்களிடமிருந்து தப்பித்துக் கொள்வதற்கு வேறுவழியின்றி சொல்லிவிட்டுப் போகட்டும் என்று விட்டுவிடுகிறீர்கள், அதிலுள்ள குறைகள் உங்களைப் பாதிக் காதவரை; ஆனால் அனைவருமே குறைகளைக் கூறினால், அதனை மதிக்க வேண்டும்.

ஆகவே ஒரு புத்திசாலியான இளவரசன் மூன்றாவதாக ஒரு வழியைத் தேர்ந்தெடுக்க வேண்டும், அதாவது தன் நாட்டிலுள்ள மிகப் புத்திசாலிகளான மனிதர்களைத் தேர்ந்தெடுத்து, அவர்கள் மட்டுமே அவனிடம் குறைகளை எடுத்துக் கூறவேண்டும் என்ற சுதந்திரத்தை வழங்க வேண்டும்; ஆனால் ஒவ்வொன்றைப் பற்றியும் அவன் விசாரித்து அறிந்து கொள்ள வேண்டும், அவர்களின் அபிப்பிராயங்களைக் கேட்க வேண்டும். இந்தக் குழுவினரிடம் தனித்தனியாகவும், மொத்தமாகவும், அவர்கள் அனைவரும் சுதந்திரமாக அவனிடம் பேசுவதற்கான சூழ்நிலைகளை

ஏற்படுத்திக் கொடுக்கவேண்டும், இளவரசனிடம் எதையும் மறைக்காமல் பேசுபவர்கள் மிகவும் விரும்பப்படுவார்கள்; இதுமட்டுமன்றி, ஏற்கனவே தீர்மானிக்கப்பட்ட விஷயங் களை மீண்டும் துவங்கிப் பேசுபவர்களின் வார்த்தைகளைக் கேட்கக்கூடாது, அவன் தனது தீர்மானங்களில் மிகவும் உறுதியாக இருக்கவேண்டும். அப்படியில்லாவிடில் முகஸ்துதி செய்பவர்களால் தூக்கி எறியப்படுவீர்கள், அல்லது அடிக்கடி உங்கள் அபிப்பிராயங்களை மாற்றிக் கொள்பவர் என்று முத்திரையிடப்பட்டு வெறுப்பைச் சம்பாதித்துக் கொள்வீர்கள்.

தற்காலத்தில் நடந்த ஒரு நிகழ்வை இதற்கு உதாரண மாக எடுத்துக்கூற விரும்புகிறேன், இப்போதைய பேரரசர் மாக்ஸிமிலியனின் செயல் அலுவலரான ஃப்ரா லூகா, தன் பேரரசனைப் பற்றிப் பேசும்போது: அவர் எவரையும் கலந்தாலோசிப்பதில்லை, இருந்தபோதிலும் அனைத்து விஷயங்களிலும் அவருக்கென்று ஒரு வழியையும் வைத் திருக்கவில்லை" என்று கூறினார். நாம் மேலே கூறிய விஷயங்களுக்கு எதிரான போக்குதான் இதற்குக் காரணம்; ஏனென்றால் பேரரசர் எதையும் வெளிப்படுத்தாமல் இரகசியமாக வைத்துக் கொள்ளும் ஒரு மனிதராக இருக்கின்றார் - அவர் தனது திட்டங்கள் எதையும் யாருக்கும் தெரிவிப்பதில்லை, அல்லது பிறரிடம் எந்த ஒரு அபிப் பிராயத்தையும் கேட்பதில்லை. அவர் அதைச் செயல்படுத்தும் போது தான் பிறர் அதனை அறிந்து கொள்கிறார்கள், அவற்றுக்கு அவரைச் சுற்றியிருக்கின்ற மனிதர்கள் தடை சொல்கிறார்கள், அதனால் குற்றச்சாட்டுக்குள்ளான அவர், அவரது செயலை மாற்றிக் கொள்ள வேண்டியிருந்தது. ஆகவே அவர் ஒருநாள் ஒரு செயலைச் செய்யவும், அடுத்த நாள் அதனை மாற்றியமைக்கவும் வேண்டியிருந்தது, மேலும் அவர் என்ன செய்ய விரும்புகிறார், என்ன நினைக்கிறார் என்று எவருக்கும் புரியவில்லை, அதனால் அவரது தீர்மானங் களை ஒருவரும் ஏற்றுக்கொள்வதுமில்லை.

ஆகவே ஒரு இளவரசன், ஆலோசனைக்கென்று ஒரு குழுவை அமைத்துக் கொள்ள வேண்டும், அவன் விரும்பிய போது மட்டும் அவர்களின் ஆலோசனைகளைப் பெற வேண்டும்; அவன் அவர்களது ஆலோசனைகளைக் கேட்காமலிருப்பதன் மூலம் அவர்களின் உற்சாகத்தைக் குறைத்துவிடக்கூடாது; ஆனால் எப்படியிருந்தாலும் அவன் தொடர்ந்து அவர்களைக் கலந்தாலோசிக்க வேண்டும், அப்படி ஆலோசனை கேட்கும்போது, அவன் விசாரிக்க விரும்பும் விஷயத்தைப் பற்றிய ஆலோசனைகளைப் பொறுமையாகக் கேட்பவனாக இருக்க வேண்டும்; மேலும்

அப்படிக் கேட்கும்போது எவராவது, எந்தச் சூழ்நிலையிலும் அவனுக்கு உண்மையினைக் கூறாதபோது, அவன் தனது கோபத்தையும் வெளிக்காட்டவேண்டும்.

ஒரு இளவரசன் தனது புத்திசாலித்தனத்தை வெளிப்படுத்தும் போது அது அவனது சொந்தத் திறமையினால் அல்ல என்று சிலர் நினைப்பார்கள், ஆனால் அந்தக் கருத்துக்கள் அவனைச் சுற்றியிருக்கும் நல்ல ஆலோசகர்களின் கருத்துக்கள் என்று நினைப்பவர்கள் சந்தேகத்திற்கு இடமின்றி ஏமாற்றப்படுகிறார்கள், ஏனென்றால் இது ஒரு ஒப்புக் கொள்ளப்பட்ட உண்மை, அது எப்போதும் மாறிவிடாது: அதாவது தான் புத்திசாலியாக இல்லாத ஒரு இளவரசன், நல்ல ஆலோசனைகளை எடுத்துக் கொள்வதில்லை, ஏதாவது ஒரு புத்திசாலியான மனிதனிடம் தனது அனைத்து விஷயங்களையும் முழுமையாக ஒப்படைக்கும் சந்தர்ப்பம் கிடைத்தால் தவிர. இந்த விஷயத்தில் அவன் நன்றாக நிர்வாக செய்யக் கூடும், ஆனால் நீண்ட நாட்களுக்கு அல்ல, ஏனென்றால் அப்படிப்பட்ட புத்திசாலியான நிர்வாகி விரைவில் அவனது நாட்டை அவனிடமிருந்து பறித்துக் கொள்ளக்கூடும்.

அனுபவமற்ற ஒரு இளவரசன், அவனுக்கு ஆலோசனை சொல்வதற்குக் குழுவை அமைக்க முடியவில்லை என்றால், அல்லது ஒரு ஒருங்கிணைந்த குழு அவனுக்கு அமையவில்லை என்றால், அவன் ஒன்றுக்கு மேற்பட்டவர்களிடம் ஆலோசனை கேட்க வேண்டியிருக்கும். அப்படி ஆலோசனை கேட்கும் போது, ஒவ்வொரு ஆலோசகரும் அவரது சொந்த அபிப் பிராயங்களைக் கூறுவர், அப்போது இளவரசனுக்கு அவர் களை எப்படித் தடை செய்வது என்று தெரியாமல் போய் விடும், அல்லது அவர்கள் கூறுவது என்ன என்பது புரியாமல் போய்விடும். அப்படிப்பட்டவர்களைத் தன் அருகில் வைத்துக்கொள்ளக்கூடாது, ஏனென்றால் மனிதர்கள் எப்போதும் உங்களுக்கு உண்மையற்றவைகளை நிரூபிப்பதில் தான் குறியாக இருப்பார்கள், அவர்களாகவே வலுக்கட்டாய மாகத் தங்களை நேர்மையானவர்களாக ஆக்கிக் கொண்டால் தவிர. ஆகவே இதிலிருந்து நாம் தெரிந்துகொள்வது என்னவென்றால் நல்ல ஆலோசகர்கள், எப்போதும், இளவரசரின் புத்திசாலித்தனத்தை உயர்த்துபவர்களாக இருக்க வேண்டும், அந்த ஆலோசகர்களிடமிருந்து இளவரசன் பாடம் கற்றுக் கொள்பவனாக இருக்கக் கூடாது.

"நீங்கள் எப்போதும் தோற்றுவிடாமல் இருப்பதையே விரும்புகிறீர்கள், ஏனென்றால் உங்களை எப்படியும் காப்பாற்றிவிடக்கூடிய ஒருவரைக் கண்டுபிடித்துவிடலாம் என்ற நம்பிக்கை மட்டுமே உங்களிடம் உள்ளது."

- நிகாலோ மேக்கியவல்லி

அத்தியாயம் - 24

இத்தாலியின் இளவரசர்கள் தங்கள் நாடுகளை எப்படி இழந்தார்கள்

இதற்கு முன் நான் கூறிய அபிப்பிராயங்கள், மிகக் கவனமாகப் பின்பற்றப்பட்டால், ஒரு புதிய இளவரசன் நன்றாகத் தன்னை நிலைநிறுத்திக் கொள்ளவும், மேலும் அவன் அந்த நாட்டில் நீண்ட நாட்களாகப் பதவியில் இருப்பதைவிடப் பாதுகாப்பான மற்றும் நிலையான ஆட்சியைக் கொடுக்கவும் முடியும். ஏனென்றால் ஒரு புதிய இளவரசனின் செயல்கள், பாரம்பரியமாக ஆட்சிக்கு வந்த இளவரசனின் செயல்களைவிடக் கூர்ந்து கவனிக்கப்படுகின்றன; மேலும் திறமையுள்ளவன் என்று தெரியும் போது, ஏராளமான மனிதர்களின் ஆதரவைப் பெறுகிறான், தொன்று தொட்டுப் பாரம்பரியமாக வரும் அரச ரத்தத்தைவிட இவன் மீது மக்கள் மிகவும் பற்று வைக்கிறார்கள்; ஏனென்றால் மனிதர்கள் பழையதைவிடப் புதியதன் மீது மிகுந்த கவர்ச்சி கொள்கிறார்கள், அவர்கள் புதியது நன்றாக இருப்பதைப் பார்க்கும்போது மகிழ்ச்சியுடன் அனுபவிக்கிறார்கள், வேறு எதையும் நாடுவதில்லை; அவன் அனைத்து விஷயங்களிலும் அவர்களுக்கு மகிழ்ச்சியைப் பெற்றுத் தரும்போது அவர்கள் தங்களால் முடிந்தவரை பாதுகாப்பை அளிக்கத் தயாராக இருக்கின்றனர். இப்படிப்பட்ட ஒரு புதிய அரசாட்சியை அவன் நிலை நிறுத்தும்போது, அவனுக்கும் அது இரட்டை மகிழ்ச்சியைக் கொடுக்கிறது, அரசாட்சியை நல்ல சட்ட திட்டங்களுடன் மெருகூட்டியும், பலப்படுத்தியும், நல்ல இராணுவத்தை அமைத்தும், அண்டை நாடுகளுடன் நல்லுறவை வைத்துக் கொண்டும் இருப்பது ஒரு நல்ல முன்னுதாரணமாகும்; ஒரு பாரம்பரியமான இளவரசனாகப் பிறந்து, புத்திசாலித்தனம் இல்லாத ஒருவன் தனது நாட்டை இழப்பது அவனுக்கு இரட்டைத் தலைகுனிவை ஏற்படுத்தும்.

நமது காலத்தில் இத்தாலியில் தமது நாடுகளை இழந்த பெருமகன்களில் நேபிள்ஸ் அரசன், மிலனின் டியூக் மற்றும் பலரைக் கவனித்தால், அவர்களிடம் காணுவது என்னவென்றால், முதலில் அவர்கள் அனைவரிடமும் இருக்கும் பொதுவான ஒருகுறை, அவர்களது இராணுவத்தைப் பற்றி, அதை ஏற்கனவே நாம் விவாதித்துவிட்டோம்; அடுத்ததாக, மக்களின் வெறுப்பைத் தான் நாம் காண முடியும், அல்லது அவர்கள் மக்களிடம் நேசமாக இருந்தால், பிரபுக்களைப் பாதுகாப்பது எப்படி என்று தெரியாமல் இருந்தார்கள். இந்தக் குறைகள் மட்டும் இல்லாதிருந்தால், அவர்கள் நல்ல இராணுவ வலிமையை வைத்திருந்த போதும், போர்க்களத்தில் தோற்றிருக்க முடியாது.

மாசிடோனின்ஃபிலிப், மகா அலெக்ஸாண்டரின் தந்தை அல்ல, அவர் டைடஸ் குயின்டியஸால் தோற்கடிக்கப் பட்டார், அவர் மீது படையெடுத்த ரோமன்கள் மற்றும் கிரேக்கர்களின் பேரரசுடன் ஒப்பிடும் போது, டைடஸின் நாடு மிகச் சிறியது, இருந்த போதிலும் போர் என்று வந்துவிட்டால் தமது வீரத்தைக் காட்டத் தயங்காதவர், தனது மக்களை எப்படிக் கவர்வது என்று அறிந்தவர், பிரபுக்களுக்கு எப்படி பாதுகாப்பளிப்பது என்று அறிந்தவர், அவர் மீது படையெடுத்து வந்த எதிரிகளைப் பல ஆண்டுகளாகத் தடுத்து நிறுத்தியவர், இறுதியில் தனது நாட்டின் சில பகுதிகளை இழந்தபோதும், அவரது அரசைத் தக்கவைத்துக் கொண்டார்.

ஆகவே, நமது இளவரசர்கள் பல ஆண்டுகளாகத் தக்க வைத்துக் கொண்டிருந்த நாடுகளை இழந்ததற்குத் தலைவிதியையும், அதிர்ஷ்டத்தையும் குறை கூறுவதை ஏற்றுக் கொள்ள முடியாது, ஆனால் அதற்கு அவர்களுடைய சோம்பேறித் தனமும் ஒரு காரணம், ஏனென்றால் சில சமயங்களில் அவர்களது வாழ்வில் மாற்றங்கள் வரக்கூடும் என்று நினைக்காததுதான், (நம் மனிதர்களிடையே உள்ள ஒரு பொதுவான குறைபாடு என்னவென்றால், புயல் வரும் முன்னே இருக்கும் அமைதியைப் பயன்படுத்தி, புயலால் ஏற்படும் அழிவுகளைக் குறைத்துக் கொள்ளலாம் என்று நினைப்பதில்லை.) பின்னர் கெட்டநேரம் வந்தபின் அவர்கள் தப்பித்து ஓடத்தான் நினைக்கின்றனர், அவர்களைக் காப்பாற்றிக் கொள்ள நினைப்பதில்லை, அவர்களின் மீது படையெடுத்து வெற்றி

கொண்டவர்களின் மீது மக்களுக்கு இருக்கும் வெறுப்பு காரணமாகத் தம்மை மக்களே மீண்டும் பதவியேற்குமாறு அழைப்பார்கள் என்று நம்பினர். இந்த வழியில் சிலர் தோற்றுவிட்டாலும், இது நல்லவழியாகத் தோன்றலாம், ஆனால் இதற்காகத் தங்களுக்கு நலனை அளிக்கக்கூடிய வழிகளைத் தவிர்ப்பது மிகவும் மோசமான செயலாகும்; நீங்கள் எப்போதும் தோற்றுவிடாமல் இருப்பதையே விரும்புகிறீர்கள், ஏனென்றால் உங்களை எப்படியும் காப்பாற்றிவிடக் கூடிய ஒருவரைக் கண்டுபிடித்துவிடலாம் என்ற நம்பிக்கை மட்டுமே உங்களிடம் உள்ளது. இது நடைபெறக்கூடிய விஷயமல்ல, அப்படியே நடைபெற்றாலும், அது உங்களுக்குப் பாதுகாப்பாக இருக்காது, ஏனென்றால் உங்களை நீங்கள் நம்பாத போது உங்களின் விடுதலைக்கு அங்கே வாய்ப்பேயில்லை; உங்களை நம்புவதும், உங்கள் வீரத்தை நம்புவதும் மட்டுமே உங்களை நிச்சயம் காப்பாற்றக்கூடியது.

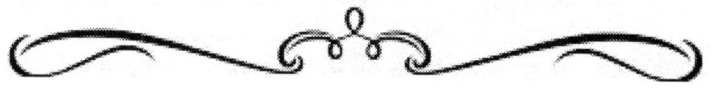

> “அதிர்ஷ்டம் என்பது நமது செயல்களின் ஒரு பாதியைத் தான் கட்டுப்படுத்துகிறது, ஆனால் மற்றொரு பாதியை நாமே நிர்ணயிக்கும்படி அதிர்ஷ்டம் நமக்களித்துள்ளது.
>
> **- நிகாலோ மேக்கியவல்லி**

அத்தியாயம் - 25

அதிர்ஷ்டம் ஒரு மனிதனின் நடவடிக்கைகளை எப்படிப் பாதிக்கிறது, அதனை எதிர்கொள்வது எப்படி

இந்த உலகில் நடைபெறும் அனைத்து விஷயங்களும் அதிர்ஷ்டத்தால் அல்லது கடவுளால் நடைபெறுகிறது என்றும், அதனைத் தங்களது புத்திசாலித்தனத்தால் மாற்றி விட முடியாது என்றும், அதிலிருந்து ஒருவரும் தப்பிக்க முடியாது என்றும் எத்தனை மனிதர்கள் நினைத்துக் கொண்டிருந்தார்கள், இப்போதும் நினைத்துக் கொண்டிருக் கிறார்கள் என்று எனக்குத் தெரியவில்லை; அதிர்ஷ்டத்தின் காரணமாகத் தாம் கடுமையாக உழைக்க வேண்டியதில்லை என்று நம்மை நம்ப வைக்கிறார்கள், சந்தர்ப்பம், சூழ்நிலைகள் நம்மை வழி நடத்தும் என்று நம்புகிறார்கள். இந்த அபிப்பிராயங்கள் நம் காலத்தில் வரவேற்கப்பட்ட ஒன்று, ஏனென்றால் நாம் காணும் உலக நடப்புகளில் ஏற்பட்ட மிகப் பெரிய மாற்றங்கள், இனியும் நாம் காணவிருப்பவை, இவை அனைத்தும் மனித முயற்சிக்கு அப்பாற்பட்டவை என்ற எண்ணம்தான் காரணம். சில சமயங்களில் இந்த எண்ணத் திற்குக் கட்டுப்பட்டு, ஓரளவிற்கு நான் வளைந்து கொடுக் கிறேன். இருந்தபோதிலும், நமது சுதந்திரமான எண்ணங் களை அழித்துவிடாமல், *அதிர்ஷ்டம் என்பது நமது செயல்களின் ஒரு பாதியைத் தான் கட்டுப்படுத்துகிறது என்ற உண்மையை நான் நிரூபிக்கிறேன், ஆனால் மற்றொரு பாதியை நாமே நிர்ணயிக்கும் படி அதிர்ஷ்டம் நமக்களித் துள்ளது.*

இதனை நான் ஒரு சீற்றம் மிகுந்த கரைபுரண்டோடும் ஒரு நதியுடன் ஒப்பிடுகிறேன், அந்த நதியில் வெள்ளப் பெருக்கு ஏற்படும் போது நிலப்பகுதிகளையும் மூழ்கடிக் கிறது, மரங்கள், கட்டிடங்கள் ஆகியவற்றை அடித்துச்

செல்வதுடன், மண்ணையும் ஓரிடத்திலிருந்து மற்றொரு இடத்திற்குத் தூக்கிச் செல்கிறது; அந்த வெள்ளப்பெருக்கின் முன் அனைத்தும் பறந்தோடிச் செல்கின்றன, அதனுடைய சீற்றத்தால் பயிர்கள் அனைத்தும் எந்த வழியிலும் தாக்கு பிடிக்க முடியாமல் அழிந்துவிடுகின்றன; அதனுடைய இயற்கைக் குணம் அப்படியிருந்தாலும், வானிலை நன்றாக இருக்கும்போது, பாதுகாத்து, தடைகளை ஏற்படுத்தி, மீண்டும் வெள்ளப் பெருக்கு ஏற்பட்டால், வெள்ளநீர் வாய்க்கால் களில் கடந்து செல்ல ஏற்பாடுகள் செய்யப்பட்டிருந்தால், அதனுடைய சீற்றம் கட்டுப்படுத்தப்பட்டு, ஆபத்து ஏதும் நேராமல் இருக்கும், இந்த அடிப்படையைத் தான் மனிதர்கள் தங்கள் வாழ்க்கையிலும் பின்பற்ற வேண்டும். இதுதான் அதிர்ஷ்டத்திலும் நடைபெறுகிறது, எவரால் தம் வலிமையைக் காட்டி எதிர்த்து நிற்க முடியவில்லையோ அங்கே தான் அதிர்ஷ்டம் தன்னைக் கட்டுப்படுத்துவதற்கு எந்தத் தடைகளும், பாதுகாப்பு ஏற்பாடுகளும் செய்யப் படவில்லை என்று தெரிந்து கொண்டு முழு வலிமையுடன் தன்னை ஈடுபடுத்திக் கொள்கிறது.

இத்தாலியை நீங்கள் கூர்ந்து கவனித்தால், இதுபோன்ற மாறுதல்களுக்கான இடமாகக் காணமுடியும், மாற்றங்கள் அவர்களின் மீது வெகு வேகமாக செலுத்தப்பட்ட இடம் அது, அந்த நாடு மாற்றங்கள் வரும் என்று எந்தவிதத் தடைகளையும், பாதுகாப்பு நடவடிக்கைகளையும் செய்து கொள்ளவில்லை என்று நீங்கள் காணலாம். ஜெர்மனி, ஸ்பெயின் மற்றும் பிரான்ஸ் ஆகிய நாடுகளைப் போன்று, அந்த நாடு மிகச் சரியான வலிமையுடன் பாதுகாக்கப் பட்டிருந்தால், இந்தப் படையெடுப்பு எந்தவித மாற்றங்களை யும் கொண்டு வந்திருக்காது, அதாவது மாற்றங்கள் எதுவும் வந்திருக்காது. அதிர்ஷ்டத்தை எதிர்கொள்வதைப் பற்றிய பொதுவான கருத்துக்கள் போதுமென்று நான் நினைக் கிறேன்.

ஆனால் மேலும் விவரமாகக் கூறுவதற்கு என்னை நானே கட்டுப்படுத்திக் கொள்ள வேண்டியிருக்கிறது, ஒரு இளவரசன் இன்று மகிழ்ச்சியாக இருக்கலாம், அவனுடைய இயற்கையான பண்புகளை வெளிக்காட்டாமல் இருந்தால், நாளை அவன் அழிக்கப்படலாம். முதலில் இது எந்தக் காரணங்களினால் எழுகிறது என்பதை ஏற்கனவே நான்

விவரித்துவிட்டேன், அவை, ஒரு இளவரசன் தனது அதிர்ஷ்டத்தை மட்டுமே நம்பிக் கொண்டிருக்கும் போது, அங்கே அதிர்ஷ்டம் மாறும்போது அவன் இழப்பைச் சந்திக்கிறான். காலத்திற்கும், சூழ்நிலைக்கும் தகுந்தவாறு தனது செயல்பாடுகளை மாற்றிக் கொள்பவன் வெற்றியாளனாக ஆகிறான் என்று நான் நம்புகிறேன், மேலும் சூழ்நிலைக்குத் தகுந்தவாறு தனது செயல்பாடுகளை மாற்றிக் கொள்ளாதவன் வெற்றி பெறுவதில்லை. ஏனென்றால் மனிதன் தன் கண்முன்னே இருக்கும் மகிழ்ச்சி மற்றும் செல்வங்களைப் பெறுவதற்கான நடவடிக்கைகளில் பல வழிகளை மேற்கொண்டு இறுதிவரை செல்வதைப் பார்க்கலாம்; ஒருவர் இதில் கவனத்துடன் செயல்படுகிறார், மற்றொருவர் தயக்கத்துடன் செயல்படுகிறார்; ஒருவர் மன வலிமையுடன், மற்றொருவர் திறமையுடன்; ஒருவர் பொறுமையாக, மற்றொருவர் அதற்கு எதிராக; இப்படி ஒவ்வொருவரும் தாம் அடைய விரும்புவதை ஒவ்வொரு வழிகளில் செயல்படுத்துகிறார்கள். நாம் இரண்டு வெவ்வேறு குணங்களைக் கொண்ட மனிதர்களைப் பார்க்கலாம், ஒருவர் தாம் விரும்பியதை அடைகிறார், மற்றொருவர் தோல்வியடைகிறார்; அதைப் போன்றே, இரு வெவ்வேறு மனிதர்கள் வெவ்வேறு வழிகளை மேற்கொண்டு வெற்றி பெறுவதையும் காணலாம், ஒருவர் மிகவும் கவனமாக இருக்கின்றார், மற்றொருவர் மூர்க்கத்தனமாக இருக்கின்றார்; இவை அனைத்தும் காலத்தின் வேகத்திற்குத் தக்கவாறு அவர்கள் அமைத்துக் கொள்ளும் வழிகளைத் தவிர வேறொன்றுமில்லை. இது நான் ஏற்கனவே கூறியது தான், இரண்டு வெவ்வேறு மனிதர்கள் ஒரே பலனை அடைவதற்கு வெவ்வேறு வழிகளில் செயல்படுகின்றனர், அந்த இருவரில் ஒருவர் அவர் நினைத்ததை அடைகிறார், மற்றொருவர் அடைவதில்லை.

இவற்றால் நாடுகளும் மாற்றம் அடைகின்றன, எவர் மிகுந்த கவனத்துடனும், பொறுமையுடனும் தன்னை ஆள்கின்றாரோ, நேரமும், சூழ்நிலைகளும் ஒன்றாக இணைந்து, அவரது நிர்வாகத்தை வெற்றிபெறச் செய்கின்றன, அங்கே அதிர்ஷ்டம் வேலை செய்கிறது; ஆனால் நேரமும், சூழ்நிலைகளும் மாறும் போது, அவன் தன் செயல்பாடுகளில் மாற்றங்களைச் செய்யாவிட்டால், அவன் அழிவைச் சந்திக்கிறான். ஆனால் மனிதன் மாற்றங்களுக்குத் தக்கவாறு தன்னை மாற்றிக் கொள்வதற்குப் போதுமான எச்சரிக்கை

இல்லாமல் இருப்பதை அடிக்கடி நாம் காணலாம், ஏனென்றால் மாற்றங்கள் எப்படி நிகழ்கிறதோ அதிலிருந்து அவனால் விலகிச் செல்ல முடியவில்லை, மேலும் எப் போதும் ஒரே வழியில் செயல்படுகிறான், அந்த வழியை விட்டுவிடுவது நல்லது என்று எப்போதும் அவன் நினைத்த தில்லை; ஆகவே மிகக் கவனத்துடன் இருக்கும் ஒரு மனிதன், துணிச்சலுடன் செயல்படவேண்டிய நேரத்தில், அதை எப்படிச் செயல்படுத்துவது என்று தெரியாமல், அழிவைத் தேடிக் கொள்கிறான்; அவன் காலத்திற்குத் தக்கவாறு தன்னுடைய நடத்தையை மாற்றிக் கொண்டால், அவனது அதிர்ஷ்டமும் மாறாது.

இரண்டாம் போப் ஜூலியஸ் தனது அனைத்து நடவடிக்கைகளிலும் மூர்க்கத்தனத்தைக் காட்டினார், காலமும், சூழ்நிலையும் அவருக்குச் சாதகமாக இருப்பதைக் கண்டு, தொடர்ந்து வரிசையாக நடவடிக்கைகளை மேற்கொண்டு, எப்போதும வெற்றிகளையே சந்தித்தார். அவருடைய முதல் முயற்சி போலோக்னாவிற்கு எதிராக, மெஸ்ஸர் ஜியோவான்னி பென்டிவோக்லியோ இன்னும் உயிருடன் இருக்கும்போதே வெனிஷியர்களும், ஸ்பெயினின் அரசரும் எதிர்ப்புத் தெரிவித்தபோது பிரான்ஸ் அரசனுடன் கூட்டுச் சேர்ந்து கொள்வதைப் பற்றி விவாதித்துக் கொண்டிருந்தார்; இருந்தபோதிலும், அவர் தனியாகவே படையெடுத்தார், தனக்கே உரிய துணிச்சலுடனும், வலிமை யுடனும், இந்த நடவடிக்கை ஸ்பெயின் மற்றும் வெனிஷியர் களின் மனஉறுதியைத் தகர்த்தது, வெனிஷியர்கள் பயம் காரணமாகவும், நேபிள்ஸைப் பிடித்துவிடலாம் என்ற ஸ்பெயினின் விருப்பத்தையும் குலைத்தது; மற்றொரு பக்கம் ஜூலியஸ், பிரான்ஸின் அரசனையும் தன் பக்கம் இழுத்தான், ஏனென்றால் அந்த அரசன், சூழ்நிலையைக் கண்டு, போப்புடன் நட்புக் கொண்டு வெனிஷியர்களைப் பணிய வைக்கலாம் என்று விரும்பினான், அவனுக்கு மறுப்பேதும் கூறமுடியாமல், பிரச்சினை என்னவென்று புரிந்து கொள்ளா மல் அவனுடைய இராணுவ வீரர்கள் அவனைப் புண்படுத் தினர். இப்படி, ஜூலியஸ் அவருடைய மூர்க்கத்தனமான செயல்களினால் எந்த ஒரு சமய குருவும் செய்யத் துணியாத செயலை, ஒரு சாதாரண புத்திசாலியான மனிதனாகச் செய்து முடித்தார்; அவரது பதவிக்காலம் முடியும் வரை வேறு எந்த சமய குருவையும் போல் அவர் ரோமில் உட்கார்ந்து

கொண்டிருந்தால், அவர் திட்டமிட்டபடி, அவர் ஏற்பாடுகள் செய்தபடி அவரால் இந்த வெற்றிகளை ஒருபோதும் பெற்றிருக்க முடியாது. ஏனென்றால் பிரான்ஸின் அரசன் ஓராயிரம் காரணங்களைக் கூறி விலகியிருப்பான், மற்றவர்கள் ஓராயிரம் அச்சுறுத்தல்களை ஏற்படுத்தியிருப்பார்கள்.

அவருடைய பிற செயல்களை நான் விட்டுவிடுகிறேன், அவை அனைத்தும் வெற்றி பெற்றவை, அவரது மிகக் குறுகிய கால வாழ்க்கையில் வெற்றியைத் தவிர வேறு எதையும் அனுபவிக்கவில்லை; ஆனால் அவர் மிகக் கவனமாக, நிதானமாக இருக்கவேண்டிய சூழ்நிலை எழுந்திருந்தால், அவருடைய அழிவு அவரைத் தொடர்ந்திருக்கும், ஏனென்றால் சூழ்நிலை அவருக்கு வளைந்து கொடுத்தபோது அவர் அதிலிருந்து விலகிச் செல்லவில்லை.

ஆகவே, நான் முடிவாகக் கூறுவது என்னவென்றால், அதிர்ஷ்டம் என்பது மாற்றத்திற்குரியது, மனித இனம் அவர்களுடைய வழிகளில் உறுதியாக இருக்கின்றனர், காலம், சூழ்நிலை ஆகிய இரண்டு விஷயங்கள் ஒத்துப்போகும் வரை மனிதர்கள் வெற்றி பெறுகிறார்கள். கவனமாக இருப்பதை விட துணிச்சலுடன் இருப்பதே சிறந்தது என்று எனது பங்காக நான் கூறுகிறேன், ஏனென்றால் அதிர்ஷ்டம் என்பது ஒரு பெண்ணைப் போன்றது, அவளை உங்களுக்குக் கட்டுப்பட்டவளாக வைத்திருக்கவேண்டுமென்றால் அவளுக்கு அடி கொடுக்கவும், தயங்கக்கூடாது; அத்துடன் அவள் மிகச் சாதாரணமாக அமைதியுடன் பணிக்குச் செல்லும் ஒருவனை விட, துணிச்சலுடன் செயல்படுபவன் தான் தன்னை ஆள்வதற்கு அனுமதிக்கிறாள். ஆகவே, அவள் எபோதும் பெண் தன்மை உடையவள், இளைஞர்களை நேசிப்பவள், ஏனென்றால் அவர்கள் தான் அதிகமான துணிச்சலுடனும், முரட்டுத்தனத்துடனும் அவளை அதிகாரம் செய்வார்கள்.

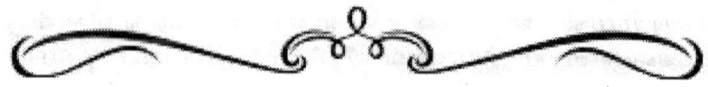

> "மனிதர்கள் தங்களுடைய சொந்த நலன்களை மட்டுமே பெரிதாக நினைக்கிறார்கள், ஆனால் ஒருவகையில் இதன் மூலம் தன்னைதானே ஏமாற்றிக் கொள்கிறார்கள்."
> - நிகாலோ மேக்கியவல்லி

அத்தியாயம் - 26

காட்டுமிராண்டிகளிடமிருந்து இத்தாலி விடுதலை பெறுவதற்கான அறிவுரைகள்

மேலே கூறப்பட்டுள்ள பொருள் பற்றிய விளக்கங்களைக் கவனத்துடன் பரிசீலித்துக் கொண்டிருந்தபோது, ஒரு புதிய இளவரசனுக்கு இப்போதைய காலகட்டம் சாதகமாக இருக்கிறதா என்று எனக்குள் வியந்து கொண்டிருந்தேன், இப்போது நடைபெற்றுக் கொண்டிருக்கின்ற விஷயங்கள், ஒரு புத்திசாலியான, நேர்மையான இளவரசனுக்கு, புதிய நடைமுறைகளை அறிமுகப்படுத்த சந்தர்ப்பம் அளித்து, அவனுக்கு மரியாதையையும், நாட்டிற்கு நல்லவைகளையும் ஏற்படுத்துகிறதா; ஒரு புதிய இளவரசனுக்குச் சாதகமாகப் பல விஷயங்கள் ஒத்துப் போவதாக எனக்குத் தோன்றுகிறது, அதாவது அவனுக்கு இந்தக் காலகட்டத்தை விட மிகவும் பொருத்தமான நேரம் இருப்பதாகத் தெரியவில்லை.

நான் ஏற்கனவே கூறியது போல், இஸ்ரேல் நாட்டு மக்கள் அடிமைகளாக இருந்தது தான், மோசஸின் திறமை வெளிப்படுவதற்குக் காரணமாக இருந்தது; மிடாஸால், பெர்சியர்கள் நசுக்கப்பட்டதால்தான் சைரஸின் உண்மையான சிறப்புக்களைக் கண்டுபிடிக்க முடிந்தது; ஏதீனியர்கள் சிதறடிக்கப்பட்டதால் தான் தீசியஸின் திறமைகளைப் படம் பிடித்துக் காட்ட முடிந்தது; அதன் பிறகு இப்போது, இத்தாலியர்களின் உணர்விலுள்ள உண்மையான உணர்ச்சிகளை அறிந்து கொள்வதற்கு, இத்தாலி இப்போதிருக்கும் நிலையை விட இன்னும் குறைக்கப்படவேண்டும், அதாவது ஹீப்ரூக்களை விட மிகவும் அடிமைப்படுத்தப்பட வேண்டும், பெர்சியர்களை விட மிகவும் நசுக்கப்பட வேண்டும், ஏதீனியர்களை விட அதிகமாக சிதறடிக்கப்பட வேண்டும்; சரியான

தலைமையின்றி, ஒழுங்கின்றி, அடிபட்டு, கொள்ளையடிக்கப்
பட்டு, கிழிக்கப்பட்டு, நசுக்கப்பட்டு: அனைத்து வழிகளிலும்
பாழடிக்கப்பட்டது.

அதன்பிறகு யாரோ ஒருவரால் சில வெளிச்சங்கள் தெரிந்த போதிலும், அவர் தான் எங்களை மீட்பதற்காகக் கடவுளால் அனுப்பப்பட்டவர் என்று எங்களை நினைக்க வைத்தது, இருந்தபோதிலும், பின்னர் பார்க்கும்போது, அவருடைய செயல்பாடுகளின் உச்சத்தின் போது, அதிர்ஷ்ட அவரை நிராகரித்துவிட்டது; அதனால் இத்தாலி மீண்டும் உயிரற்றதாக ஆகிவிட்டது, இத்தாலியின் காயங்களைச் சௌகரியப்படுத்தப் போகும் ஒருவருக்காகக் காத்திருக்கிறது, லம்பார்டியின் கொள்ளையடிப்பு, நாசப்படுத்துதல் ஆகியவற்றுக்கு ஒரு முடிவு வேண்டுமென்று காத்திருக்கிறது, டஸ்கேனி மற்றும் பேரரசைச் சுரண்டுவது, வரிகளைச் சுமத்துவது என்று நீண்ட நாட்களாகப் புரையோடிப் போயிருந்த புண்ணைச் சுத்தம் செய்ய வேண்டியிருந்தது. இந்தக் காட்டுமிராண்டித்தனமான கொடுமைகளிலிருந்து விடுவிக்க யாராவது ஒருவரை அனுப்பமாட்டீர்களா என்று கடவுளை அவர்கள் எப்படி வேண்டிக் கொண்டார்கள் என்று பார்க்க முடிந்தது. அப்படி யாராவது இந்தக் கொடுமைகளுக்கு எதிராகக் கொடிபிடித்தால், இத்தாலி மக்கள் அவர் பின் செல்லத் தயாராக இருந்ததையும் பார்க்க முடிந்தது.

வேறு எந்த ஒரு தலைமையையும், அதனுடைய வலிமை மற்றும் அதிர்ஷ்டத்தின் மீது நம்பிக்கை வைப்பதைவிட, கடவுளின் அருளையும், இப்போதைய சர்ச்சின் தலைமையிலும் நம்பிக்கை வைத்து இந்தத் துன்பங்களுக்கான பரிகாரங்களைத் தேடிக் கொள்ள முடியும் இது ஒன்றும் சிரமமானது அல்ல, நான் ஏற்கனவே குறிப்பிட்டுள்ள பெயர்களைக் கொண்ட மனிதர்களின் செயல்களையும், அவர்களது வாழ்க்கையினையும் நீங்களாகவே நினைத்துப் பாருங்கள். அவர்கள் மிகச் சிறந்த மனிதர்களாக இருந்தபோதிலும், அவர்கள் ஒவ்வொருவரும் இன்றைக்குக் கிடைத்த சந்தர்ப்பங்களைப் பயன்படுத்திக் கொண்டார்கள் என்று காணலாம், ஏனென்றால் அவர்களுடைய முயற்சிகள் இதைவிட நேர்மையானதும், சுலபமானதும் அல்ல, அல்லது கடவுள் உங்களைவிட அவருக்கு நெருங்கிய நண்பருமல்ல.

நம்மிடம் சிறந்த காரணமிருக்கிறது, ஏனென்றால் இந்தப் போர் மிகவும் அத்தியாவசியமானது, அத்துடன் வேறுவழியின்றி ஆயுதங்களின் மீது நம்பிக்கை வைக்கும் போது அவை புனிதமானவையாக ஆகிவிடுகின்றன. இங்கே வாழவேண்டும் என்ற விருப்பங்கள் அதிகம் இருக்கின்றன, எங்கே விருப்பங்கள் இருக்கின்றனவோ அங்கே துன்பங்கள் மிகுந்து இருக்காது, நான் குறிப்பிட்ட மனிதர்களை நீங்கள் பின்பற்றினால் மட்டுமே. இதற்கு மேல், கடவுளின் வழிகளைவிட ஒரு சிறந்த உதாரணங்களை எப்படிச் சிறப்பாகத் தெளிவுபடுத்துவது: கடல் பிளவுபட்டது, ஒரு மேகம் வழிகாட்டியது, ஒரு பாறை நீரை முன்னால் ஊற்றுகிறது, தேவ உணவு மழையாகப் பொழிகிறது, அனைத்தும் உங்கள் நலனுக்காக அளிக்கப்பட்டிருக்கிறது; மீதமிருப்பவற்றை நீங்கள் தான் செய்ய வேண்டும். கடவுள் அனைத்தையும் தானே செய்ய விரும்பவில்லை, அப்படிச் செய்து நாம் அனுபவிக்கவேண்டிய மகிழ்ச்சியை அவர் எடுத்துக் கொள்ளமாட்டார்.

மேலே குறிப்பிட்டுள்ள பெயர்களைக் கொண்ட இத்தாலியர்கள் நீங்கள் எதிர்பார்த்தபடி எதையும் நிறைவேற்றமாட்டார்கள் என்பதில் வியப்பேதுமில்லை; இத்தாலியில் ஏற்பட்ட பல பல புரட்சிகளில், பல நடவடிக்கைகளில், இராணுவத்தின் நற்குணங்கள் அனைத்தும் மறைந்துவிட்டனவோ என்று தோன்றுகிறது, ஏனென்றால் பழைய ஒழுங்கு, கட்டுப்பாடு எதுவும் இப்போது இல்லை, இதற்கு மாற்றாகப் புதிதாக ஒன்றை எப்படி ஏற்படுத்துவது என்று நமக்கும் புரியவில்லை. ஒரு மனிதன் புதிதாகப் பதவிக்கு வந்தபின், புதிய சட்டதிட்டங்களையும், புதிய ஆணைகளையும் பிறப்பிப்பதை விடச் சிறந்தது வேறு எதுவுமில்லை. இவைகள் சரியான அடித்தளத்தைக் கொண்டிருந்தால், அவனுக்கு மரியாதையையும், அவன் மீது ஈர்ப்பும் ஏற்படும், இத்தாலியில் இவைகளை எப்படியாவது, எந்த வழியிலாவது கொண்டு வருவதற்கான சந்தர்ப்பங்களை எவரும் விரும்பவில்லை.

தலை செயல்படாத போது, கைகளும் கால்களும் வலிமை பெறுகின்றன. கைகளும் கைகளும் நேரடியாக மோதிக் கொள்ளும் சண்டைகளைக் கூர்ந்து கவனியுங்கள், இத்தாலியர்களின் வலிமை எவ்வளவு ஓங்கியிருக்கிறது,

எவ்வளவு நுட்பத்துடன் கைகளைப் பயன்படுத்துகிறார்கள். ஆனால் அதுவே இராணுவம் என்கிறபோது அவர்கள் எதனுடனும் ஒப்பிடத் தகுதியற்றவர்களாக இருக்கின்றனர், இது முழுக்க முழுக்கத் தலைமையின் திறமையின்மையைத் தான் காட்டுகிறது, திறமை இருப்பவர்கள் கீழ்ப்படிவதில்லை, ஒவ்வொருவரும் தனக்கு எல்லாம் தெரியும் என்கிற நிலையில் இருக்கின்றனர், இவற்றிலிருந்து மாறுபட்டிருக்கும் எவரையும் அங்கே காணமுடிவதில்லை, வலிமையாகவோ அல்லது அதிர்ஷ்டம் உள்ளவராகவோ, அதாவது பிறர் பணிந்து செல்லும்படியான தலைமைப் பண்புள்ள ஒருவரையும் காணமுடியவில்லை. ஆகவே நீண்ட காலமாக, கடந்த இருபது ஆண்டுகளாக ஏற்பட்ட மோதல்களில், அங்கே முழுமையான இத்தாலிய இராணுவம் இருந்தபோதிலும், அவர்களது செயல்கள் எப்போதும் மிக மோசமாகவே இருந்தன; டாரோ, அலிஸாண்ட்ரியா, கபுவா, ஜெனோவா, வைலா, போலோக்னா, மெஸ்ட்ரே ஆகியோரை உதாரணமாகக் கூறலாம்.

ஆகையால், நீங்கள் தங்கள் நாட்டை மீட்ட அந்தக் குறிப்பிடத்தகுந்த சிறந்த மனிதர்களைப் பின்பற்ற விரும்பினால், அனைத்தையும்விட முக்கியமாகத் தேவைப்படுவது, ஒவ்வொரு முயற்சிக்கும் தேவையான உண்மையான அடித்தளம், அத்துடன் உங்களுக்கே சொந்தமான இராணுவம், ஏனென்றால் அங்கே நம்பிக்கையான, உண்மையான அல்லது நல்ல இராணுவ வீரர்கள் ஒருவருமில்லை. அவர்கள் தனித்தனியாகச் சிறந்தவர்களாக இருந்த போதிலும், அவர்களை அதிகாரம் செய்யக்கூடிய ஒரு இளவரசனை அவர்கள் கண்டுகொண்டால், அவர்கள் ஒன்றாகச் செயல்பட முடியும், இளவரசன் தனது செலவில் அவர்களைப் பராமரிக்க வேண்டும். ஆகவே, இப்படிப்பட்ட ஒரு இராணுவத்தை அமைத்துத் தயாராக இருக்க வேண்டியது அவசியம், அப்போதுதான் வெளிநாட்டு சக்திகளை எதிர்த்து நிற்கமுடியும், இத்தாலியின் வலிமையைக் காட்டுவதற்கு.

ஸ்விஸ் மற்றும் ஸ்பானிஷ் காலாட்படையைக் கவனிக்கும் போது, அது மிகவும் வல்லமை வாய்ந்ததாக இருக்கலாம், எனினும் இரண்டிலும் குறைகள் இருக்கின்றன, இந்தக் காரணத்தினால் மூன்றாவதாக ஒரு அணி அவர்களை

எதிர்த்து நிற்க முடியாது என்றாலும், ஒரு காலகட்டத்தில் அவர்களைத் தூக்கி எறிய வாய்ப்பு இருக்கிறது. ஏனென்றால் ஸ்பானியர்களால் குதிரைப் படைகளை எதிர்த்து நிற்க முடியாது, ஸ்வைட்ஜர்கள் காலாட்படைகளுடன் நேருக்கு நேர் மோதுவதற்குப் பயப்படுவார்கள். இதனை நாம் மீண்டும் பார்ப்போம், ஸ்பானியர்கள், பிரான்ஸின் குதிரைப் படைகளை எதிர்த்து நிற்க முடியாது, ஸ்வைட்ஜர்கள் காலாட்படையினரால் தூக்கி எறியப்படுவார்கள். இரண்டா வதாகக் குறிப்பிட்டதற்குச் சரியான நிரூபனம் காட்ட முடியாவிட்டாலும், ராவென்னா போர்க்களத்தில் நடந் தவை சில உதாரணங்களாக இருக்கின்றன, ஸ்பானியர்களின் காலாட்படையினர், ஜெர்மனியின் இராணுவத்துடன் நேருக்கு நேர் மோதும் போது, ஸ்வைட்ஜர்களைப் போல் சில தந்திரங்களை பின்பற்றினர்; ஸ்பானியர்கள் அவர்களது உடல் வலிமையுடன், அவர்களது கேடயத்தின் உதவியுடன் ஜெர்மனியர்களின் ஈட்டிகளிலிருந்து தப்பித்துத் தாக்குதல் நடத்த முடிந்தது, ஜெர்மானியர்கள் ஒன்றும் செய்ய முடியாமல் நின்றபோது, குதிரைப் படையினர் அவர்களுக்கு உதவியாகத் தாக்குதல் நடத்தாவிடில், அனைத்தும் முடிவிற்கு வந்திருக்கும். ஆகவே, இது நடக்கக் கூடியதுதான், இரண்டு காலாட்படையினரின் குறைகளையும் அறிந்து கொண்டு, குதிரைப் படையினை எதிர்த்து நிற்கும்படியும், காலாட் படையினரிடம் பயமின்றி இருக்கும்படியும் புதிதாக ஒன்றைக் கண்டுபிடிக்க வேண்டும்; இதற்காகப் புதிய ஆயுதங்களை உருவாக்கத் தேவையில்லை, ஆனால் பழைய ஆயுதங்களில் சற்று வேறுபாடுகளை மட்டும் உருவாக்க வேண்டும். இவைகள்தான் மதிப்பையும், மரியாதையையும் அளிக்கக்கூடிய முன்னேற்றமாகும், ஒரு புதிய இளவரசனின் வலிமையை அதிகரிப்பதாகும்.

இந்தச் சந்தர்ப்பம், இத்தாலியை விடுவிக்கும் ஒருவரைக் காண்பதற்கான சந்தர்ப்பம் என்று எடுத்துக் கொள்ள முடியாது. இந்த வெளிநாட்டு சக்திகளின் பிடியில் மிகவும் துன்பப்பட்ட மாகாணங்களை விடுவிக்க, பழிவாங்கும் தாகத்துடன், திடமான நம்பிக்கையுடன், முழு ஈடுபாட் டுடனும், கண்ணீருடனும் வரக்கூடிய ஒரு மனிதரை எவ்வளவு அன்புடன் வரவேற்பார்கள் என்று வார்த்தைகளில் கூற முடியாது. அப்படிப்பட்டவருக்கு எந்தக் கதவுகள் தான்

மூடப்படும்? அப்படிப்பட்டவருக்கு எவர் கீழ்ப்படிய மறுப்பர்? அப்படிப்பட்டவருக்கு எந்த எதிர்ப்பு தடையாக இருக்கும்? எந்த இத்தாலியன் அவருக்கு வழிபாடு செய்வதை மறுப்பான்? நம் அனைவருக்குமே அந்தக் காட்டுமிராண்டித் தனம் நாற்றமெடுக்கிறது. ஆகவே, நீங்கள் கற்பனை செய்யும் ஒருவர் தைரியத்துடனும், நம்பிக்கையுடனும் அந்தப் பொறுப்பை எடுத்துக் கொள்ளட்டும், அந்த நம்பிக்கையுடன் அனைத்து முயற்சிகளும் நடக்கட்டும், அப்போதுதான் அந்தப் பெருமையுடன் நமது நாடு புனிதமாகலாம், அந்த வெற்றித் தருணத்தை பெட்ராா்க்கின் ஒரு கவிதையுடன் ஒப்பிடுவோம். -

"Virtue against fury shall advance the fight, And it i' th' Combat soon shall put to flight; For the old Roman, Valour is not dead, Nor in th' Italians' breasts extinguished."

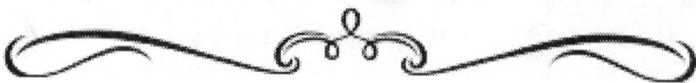